తెలంగాణలో
గిరిజనులు - తిరుగుబాట్లు

ప్రొ॥ రాందాస్ రూపావత్

 నవచేతన పబ్లిషింగ్ హౌస్

TELANGANALO GIRIJANULU - TIRUGUBATLU

- Prof: Ramdas Rupavath

ప్రచురణ నెం. : 2015/119

ప్రతులు : 1000

ప్రథమ ముద్రణ : ఫిబ్రవరి, 2016

వెల: ₹ 60/-

ప్రతులకు:

నవచేతన పబ్లిషింగ్ హౌస్

గిరిప్రసాద్ భవన్, బండ్లగూడ (నాగోల్) జి.ఎస్.ఐ. (పోస్ట్)

హైదరాబాద్ – 068. తెలంగాణ. ఫోన్స్: 24224453/54.

E-mail : navachethanaph@gmail.com

నవచేతన బుక్ హౌస్

ఆబిడ్స్, సుల్తాన్‌బజార్, యూసఫ్‌గూడ, కూకట్‌పల్లి, బండ్లగూడ(నాగోల్) హైదరాబాద్.

హన్మకొండ, కరీంనగర్, నల్లగొండ, ఖమ్మం.

ప్రజాశక్తి బుక్ హౌస్ (అన్ని బ్రాంచీలలో)

నవతెలంగాణ బుక్ హౌస్ (అన్ని బ్రాంచీలలో)

ముద్రణ : **నవచేతన ప్రింటింగ్ ప్రెస్,** హైదరాబాద్.

మా మాట

ఈ పుస్తకం చదివితే మనకు ప్రభుత్వాలు గిరిజనులను మనుషులుగా గుర్తించడం లేదని ఇట్టే అర్థమైపోతుంది. వారి అమాయకత్వాన్ని ఆసరాగా చేసుకుని అడవితల్లి ఒడిలో హాయిగా తమ బతుకు తాము బతుకుతున్న వారినీ, స్వంత ఆస్తి ఒకటుంటుందని గుర్తించని వారి భూములను దురాక్రమించటమే లక్ష్యంగా కొనసాగుతున్న దుర్భర పరిస్థితులకి ఈ పుస్తకం అద్దం పడుతుంది. స్వాతంత్ర్యానికి పూర్వం నుండి స్వాతంత్ర్యం వచ్చిన తర్వాత కూడా గిరిజనులు ఇంకా విముక్తి కాలేదనే భీకర సత్యం మనకి తెలుస్తుంది. గిరిజనుల భూముల్ని అక్రమంగా ఆక్రమించుకోవడానికి చట్టాలు, గిరిజన భూములు గిరిజనులకు మాత్రమే చెందాలనే చట్టాలు – చట్టాల మధ్య ఈ వైరుధ్యం ఎంతో గందరగోళాన్ని సృష్టించింది. గిరిజనులకు అనుకూలంగా వున్న చట్టాలు ప్రతి దశలోను ఉల్లంఘనలకు గురైయ్యాయి. చట్టాలు, వాటిని మించిన ఉల్లంఘనలు భూ ఆక్రమణదారుల కుట్రలు, కుతంత్రాలు, కోర్టుల్లో కేసులు, విచారణలు, తీర్పులు గిరిజనులకు సానుకూలంగా ఉన్నా మళ్లీ ఉల్లంఘనలు. ఎప్పటికీ యథాతథ పరిస్థితే. భూసమస్యలతో గిరిజనుల తిరుగుబాట్లు, వాటి అణచివేతలు దశాబ్దాలుగా కొనసాగుతూనే వున్నాయి. గిరిజనుల బతుకుల్ని బాగుచేయడానికి ఏ చట్టాలు, నిబంధనలు, కమీషన్లు అమలు కాని దుర్భర జీవితచిత్రమే ఈ పుస్తకం.

- ప్రచురణకర్తలు

ముందుమాట

'తెలంగాణలో గిరిజనులు - తిరుగుబాట్లు' అనే ఈ పరిశోధనాంశాన్ని అన్ని కోణాల నుండి అర్థం చేసుకోవడానికి, నిష్పాక్షికంగా పరిశీలించడానికి ఏకైక మార్గం వాటి మూలాల్లోకి వెళ్ళి శోధించటమే. అంతేకాదు అవి ఉద్భవించిన కారణాలను పరిశీలించాలి. ప్రస్తుత పరిశోధనలో గిరిజనుల జీవన సరళిని సమగ్రంగా అర్థం చేసుకొని సాధకబాధకాల కారణాలను తెలుసుకోవటం ముఖ్యోద్దేశం.

గిరిజనుల తిరుగుబాటును నక్సలైట్ల ఉద్యమ దృక్కోణం నుండి లేదా రైతుల తిరుగుబాటు కోణంలో గ్రహించటంవల్ల గిరిజనుల తిరుగుబాటులోని ఆంతర్యాన్ని, ప్రాముఖ్యతను తిరస్కరించినట్లౌతుంది.

ఏదిఏమైనా ఈ పరిశోధన ద్వారా గిరిజనుల సామాజిక, ఆర్థిక, రాజకీయ స్థితిగతులను అర్థం చేసుకోవడానికి, ముఖ్యంగా ఆదిలాబాదు జిల్లాలోని గిరిజనులు తమ అస్థిత్వాన్ని కాపాడుకోవడానికి 1940 దశకం నుండి వారి సమస్యల పరిష్కారానికి పడ్డ అగచాట్లు తెలియజేస్తాయి. గిరిజనులు ఏ విధంగా వారి సామాజిక, భూసంబంధిత పరాధీనతకు లోనయ్యారు, వారు వాటిని వ్యతిరేకించిన తీరుతెన్నులేమిటి? వారి నాయకత్వమేమిటి? వారిని అభివృద్ధికి దూరంగా ఉంచి ఎలా అణగత్రొక్కారు అన్న అంశాలు ప్రధానంగా పరిగణించబడినవి.

ప్రస్తుత పరిశోధనలో తెలంగాణ గిరిజనుల ఉద్యమంలో రాజకీయ మరియు సామాజిక దౌర్జన్యాల మధ్య వున్న సంబంధాన్ని విశేషంగా అర్థం చేసుకోవలసి వుంది.

ప్రతి తిరుగుబాటులో భూమి సమస్య ప్రధాన భూమిక వహిస్తూ ఉంటుంది. తృతీయ ప్రపంచ దేశాలలో ఈ సమస్య మరీ కీలకమైనది. ఈ దేశాలలో సాగుతున్న ఉద్యమాలు వ్యవసాయ సంబంధమైన ఉద్యమాలు కనుక అక్కడి మేధావులు భూమి సమస్యను శ్రద్ధగా అధ్యయనం చేయాలి. భూసంబంధాల్లో, దానితో పాటుగా మానవసంబంధాల్లో వస్తున్న మార్పులను పరిశీలించాలి. అప్పుడు మాత్రమే ఈ కీలకమైన సమస్యను ఆయా

ఉద్యమాల దశలలో అర్థం చేసుకుంటూ వాటి కనుగుణంగా పరిష్కరించ గలుగుతాం. తెలంగాణ అనగానే గిరిజనులు అధికంగా ఉండే ప్రాంతం అని అందరు అనుకుంటారు. 20వ శతాబ్దం మొదటి దశవరకు అది వాస్తవమే. కాని ఈ జిల్లాల్లో గిరిజనులు కొండ ప్రాంతాలకు పరిమితమై మైనారిటీలుగా ఉంటున్నారు. తెలంగాణలో విపరీతమైన మార్పులు జరిగాయి. గిరిజనేతరులు పెద్దయెత్తున చొచ్చుకొని వచ్చి గిరిజనుల భూములను వేలాది ఎకరాలు ఆక్రమించారు. దీంతో భూసంబంధాల్లో అనూహ్యమైన మార్పులు వచ్చాయి. తమ భూములు తెలియకుండానే అన్యాక్రాంతం అయినాయి. ఈ పరాయికరణ నిజంగా పాలస్తీనా ప్రజలు యూదుల దౌర్జన్యానికి గురి అయినట్టు అన్పిస్తుంది. పాలస్తీనా ప్రజలకు ఇజ్రాయిల్ దురాక్రమణదారులు మొత్తం భూభాగం లేకుండా చేసి తరిమివేశారు. ఇక్కడ గిరిజనేతరులు గిరిజనులను కూలీలుగా మార్చడం జరిగింది. ప్రభుత్వాలు వేరు వేరు రూపాలలో దోపిడి చేయడం జరిగింది.

ఈ పుస్తకంలో ఆదివాసీల పోరాటానికి సంబంధించిన గత చరిత్ర, సమస్యల విశ్లేషణ గురించి వివరణ ఉన్నాయి. అదేవిధంగా గిరిజనులు తరతరాలుగా అనుభవించిన బాధ, తిరుగుబాట్ల రూపంలో పెల్లుబికింది. ప్రభుత్వాలు పోరాటాలను అణచడానికి ప్రయత్నాలు ప్రారంభించాయి. గిరిజన, గిరిజనేతరుల మధ్య ఘర్షణలు రేపి, ఆ సాకుతో ఉద్యమాన్ని అణచడానికి పథకాలు వేశాయి. మరోవైపు గిరిజన నాయకులను లోబరుచుకోవడానికి ప్రయత్నించాయి. అంతేగాక గోండులకు, లంబాడీలకు, మరాఠీలకు మధ్య ప్రభుత్వం వైరుధ్యాలు పెట్టడానికి కుట్రలు పన్నింది. అదేవిధంగా ఆదివాసీలకు ఆయా భూములపై పట్టా ఇస్తామని ఆశ చూపించి ఇవ్వట్లేదు. ఆచరణలో ఈ వర్గాలను అణచిపెడుతూనే వచ్చింది. ఈ రోజు తెలంగాణలో జమిన్, జంగల్, జల్‌కోసం పేద ఆదివాసీలు ప్రభుత్వానికి వ్యతిరేకంగా పోరాడుతూనే ఉన్నారు. భూసమస్య పరిష్కారం కానంతవరకు తెలంగాణలో భూపోరాటాలు జరుగుతూనే ఉంటాయి. తిరుగుబాట్లు కొనసాగుతూనే వుంటాయి. ఇది అడవి మీద హక్కుల కోసం, బతుకుతెరువు కోసం జరుగుతున్న పోరాటం. గిరిజన ప్రాంతాల్లో కొంత కాలంగా ప్రశాంతత కనిపించవచ్చు. అయితే అది విరామమే కాని పోరాట విరమణ కాదని ప్రభుత్వం అర్థం చేసుకోవటం అవసరం.

- ప్రొ॥ రాందాస్ రూపావత్

కృతజ్ఞతలు

ఈ గ్రంథ రచనలో నన్ను ఎంతగానో ప్రోత్సహించి వీలైనప్పుడల్లా తమ అమూల్యమైన సలహాలు, సూచనలు అందించిన గురువర్యులు Prof. Sudhapai, CPS, JNU గారికి కృతజ్ఞతాపూర్వక నమస్సుమాంజలులు తెలియజేసుకుంటున్నాను.

ఉత్తర తెలంగాణలో నా పరిశోధనకు సహకరించిన గోండ్వానా సంఘర్షణ సమితి సభ్యులకు ప్రత్యేకంగా డా॥తోడం చందుగారికి, ప్రొ. కోదండరామ్, ప్రొ. శ్యామలాదేవి రాథోడ్, ప్రొ. హరగోపాల్‌గార్లకు మనఃపూర్వక కృతజ్ఞతలు తెలుపుకుంటున్నాను.

ఈ పుస్తకం రాయడానికి నా వెన్నంటి ఉండి ఏ సమయంలోనైనా ఎలాంటి ఇబ్బంది కలగకుండా అహర్నిశలు తన శక్తివంచన లేకుండా నా ఎదుగుదలకు పాటుపడిన వ్యక్తి నా భార్య జయశ్రీ, అలాగే నా పిల్లలు చి॥ సాయిశ్రీనిధి, చి॥ గాయత్రీరామ్‌లు నేను చదువుకుంటున్నప్పుడూ, రాసుకుంటున్నప్పుడూ ఎటువంటి ఇబ్బందులు కలగజేయనందుకు వాళ్ళకి నా ఆశీస్సులు. నాకు జన్మనివ్వడమేకాకుండా, కొడుకు అభివృద్ధిలోకి రావాలని తమ రక్తాన్ని చెమటగా చేసి చదివించిన నా తల్లిదండ్రులు రూపావత్ జయరాం నాయక్, సోనిలకు మరియు రమావత్ సంగ్య, సక్రీగారికి నా పాదాభివందనములు తెలియజేసుకుంటున్నాను. మా అత్తామామలైన డి. చందా, కమల గార్లకు నా కృతజ్ఞతలు. నా ఈ రచనకు ప్రత్యక్షంగా, పరోక్షంగా సహాయపడిన మిత్రులు, శ్రేయోభిలాషులందరికీ ధన్యవాదములు. నా ఈ రచన పుస్తకంగా రావడానికి సహకరించిన ఎన్. మధుకర్ గారికి, ప్రచురించి పాఠకులకు అందిస్తున్న **"నవచేతన పబ్లిషింగ్ హౌస్" వారికి ప్రత్యేక కృతజ్ఞతలు.**

నా అధ్యయనానికి, పరిశోధనకు ప్రత్యేకంగా జవహర్‌లాల్ నెహ్రూ యూనివర్సిటీ, జె.ఎన్.యూ తీన్‌మూర్తి మెమోరియల్ లైబ్రరీ, ఐ.ఐ.పి.ఎ. న్యూఢిల్లీ, Osmania University Library, ఎ.పి. లైబ్రరీ రీసెర్చ్ అండ్ కల్చరల్ సెంటర్, హైదరాబాద్, ITDA Project Office, Bhadrachalam తోడ్పడ్డాయి. నాకు సహకారాన్ని అందించిన ఈ సంస్థలకి కృతజ్ఞతలు తెలుపుకుంటున్నాను. నేను ఈ స్థాయికి ఎదగడానికి నాకు మొదట అక్షరబీజం వేసిన నా గురువు గారైన శ్రీ వీరారెడ్డిగారికి, డా. సి. విజయ రాఘవాచార్యులు (ఎ.పి.ఆర్.డి.సి., నాగార్జునసాగర్) గారికి వందనాలు తెలియజేసుకుంటున్నాను.

- రచయిత

అంకితం

నా తమ్ముడు

కీ॥ శే॥ చంద్రునాయక్ రూపావత్ కి

విషయసూచిక

తెలంగాణలో గిరిజనులు - భూ సమస్యలు

అణగారిన తెలంగాణ గిరిజన ప్రజల జీవన విధానం, కాకతీయులకు వ్యతిరేకంగా పోరాడిన సమ్మక్క, సారక్క నుండి, నిజాం రాచరికపాలన నుండి, నేటి ఉన్నతవర్గ పాలక ప్రభుత్వం వరకు గిరిజనుల అభిరుచులు, అభిప్రాయాలను అణచివేసి వాళ్లని వంచించారు. అన్ని ప్రధాన రాజకీయ పార్టీలు అణగతొక్కబడిన గిరిజన ప్రజల కష్టనష్టాలను తీర్చడంలో విఫలమైయ్యాయి. గిరిజనులను దోచుకోవడమన్నది నిరంతరంగా కొనసాగుతుంది.

ప్రత్యేక తెలంగాణ రాష్ట్రం కోసం ప్రజలు చేసిన ఉద్యమం అప్పటికప్పుడు పుట్టిన రాజకీయ పరిణామం కాదు. దీని వెనుక చారిత్రక సన్నివేశాలు, నమ్మకద్రోహాలు, దుర్వినియోగాలెన్నో వున్నాయి. ప్రత్యేక తెలంగాణోద్యమం, దీనికి వ్యతిరేకంగా సమైక్యాంధ్ర ఉద్యమం కొనసాగింది. ప్రజా ఉద్యమాల ఫలితంగా ఇప్పుడు తెలంగాణా రాష్ట్రం ఏర్పడింది.

ఈ ఉద్యమ సందర్భంలో ప్రజాస్వామిక తెలంగాణ, సామాజిక తెలంగాణ, బి.సి.ల నాయకత్వంలో తెలంగాణ వంటి అనేక ఉద్యమాలు వేదికపైకి వచ్చి, సామాజిక, రాజకీయ, ఆర్థిక సమానత్వం కోసం ఆందోళన చేశాయి.

ఈ తెలంగాణ ప్రదేశమేవిధంగా రాజకీయ నాయకులు, ఉన్నత వర్గీయుల చేతిలో వంచన చేయబడి, వారి స్వార్థ ప్రయోజనాలకు ఉపయోగించడం జరిగిందో, అదే విధంగా తెలంగాణ కోసం ఉద్యమించిన వారిలో ముందున్న గిరిజనులను, దళితులను కూడా వంచిస్తున్నారు. ప్రజలు అన్ని రంగాలలోను సమానత్వం కోసం పోరాడుతున్నారు. ఈ సందర్భంలో సామాజిక సమానత్వం కలిగించే కీలకమైన గిరిజనుల రాజకీయ ప్రణాళికను గూర్చి చర్చించాల్సిన అవసరం ఉంది.

తెలంగాణ ప్రజలను దోచుకోవడం ఆగుతుందా? తెలంగాణ రాష్ట్ర ఏర్పాటు వల్ల పాలకులు హాని కలిగించే ప్రణాళికలు రచించడమవుతుందా?

స్థానిక తెలంగాణ ప్రజల గూర్చి మాట్లాడే సందర్భంలో కొంతమంది అర్హులైన వారిని ఉపేక్షించడం జరుగుతున్నది. వారే అడవి పుత్రులుగా పిలువబడే గిరిజనులు.

వారు ఎన్నో శతాబ్దాలుగా ఈ ప్రదేశంలో నివసిస్తున్నారు. తెలంగాణలోని ప్రతివ్యక్తి అభ్యున్నతిని గూర్చి ఆలోచించే సందర్భంలో గిరిజనుల గూర్చి ఆలోచించకపోతే ఎలా?

ప్రభుత్వం గిరిజన సంక్షేమం కోసం 'ఇంటిగ్రేటెడ్ ట్రైబల్ డెవలప్‌మెంట్ ఏజన్సీస్' స్థాపించి ప్రతి సంవత్సరం కొన్ని కోట్లు ఖర్చు పెడుతున్నట్లు ప్రచారం చేస్తున్నది. కాని అదంతా పత్రాలలో మాత్రమేకాని, ప్రత్యక్షంగా వీరికి ఎటువంటి సహాయం కలుగుటలేదు. ఈ సత్యం వెనుక ఎన్నో రాజకీయ, చారిత్రక విషయాలు చర్చించి నిగ్గు తేల్చవలసిన అవసరం ఉంది. అందువల్ల గిరిజనుల పవిత్ర జీవన సరళిని అభివృద్ధి పరచవలసిన బాధ్యత మనందరికి వుంది.

సాంప్రదాయికంగా గిరిజనులు వారికున్న ఆచార వ్యవహారాలను బహు శ్రద్ధగా పాటిస్తూవుంటారు. వారిపై ఇతరుల ఆధిపత్యం లేకుండా కేవలం గిరిజన పెద్ద ఆధిపత్యంలో జీవితాలు గడుపుతారు. వారు ప్రత్యేకంగా శాంతికాముకులు. వారికున్న సహజవనరులే వారి అవసరాలను తీరుస్తాయి. ప్రత్యేక ఉద్ధరణ కార్యక్రమాలు ఎవరో చేయనవసరం లేదు. ఇవాళ గిరిజన ప్రాంతాలు సంపన్నంగా ఉన్నాయి. కాని గిరిజనులు మాత్రం బీదవారిగానే ఉన్నారు. వారి జీవన విధానం దుర్భరస్థితిలో వున్నది. దాదాపుగా 5 లక్షల గిరిజన కుటుంబాలు 18,48,209.30 ఎకరాల భూములకు అధికారులుగా వున్నారని చెప్పుకోవడానికి ఎంతో గర్వించవలసివున్నా 48 శాతం కంటే అధికంగా వారి భూములను వారు సాగుచేసుకోలేకుండా అన్యాక్రాంతమై గిరిజనేతరుల చేత సాగు చేయబడుతున్నవి. తెలంగాణాతో పాటు మరికొన్ని రాష్ట్రాల్లోని కొన్ని కుగ్రామాలలో 50 శాతం కంటే అధికంగా భూములు గిరిజనేతరుల చేతులలో ఉన్నవి.

బ్రిటిష్ వలసలోనే గిరిజన భూవ్యాపారం షురువ్

తెలంగాణాలోని గిరిజనుల స్థితిగతులను విశ్లేషించి గిరిజనేతరుల ప్రత్యేక సామాజిక, ఆర్థిక విధానాలు గిరిజనులపై ఏ విధంగా ప్రభావాన్ని చూపుతున్నాయన్న విషయం చర్చించ వలసియున్నది. బ్రిటిష్ వలసవాదుల చట్ట విధివిధాయకాలు గిరిజనుల భూములకు చట్టబద్ధతను ఏర్పరచడం జరిగింది. అలా అంతకుముందు గిరిజనుల భూములు అన్యాక్రాంతం కాకుండా వారి ఆధీనంలోనే సాగుబడిలో వుండేవి. భూములు వ్యాపార వస్తువుగా మారిపోవడమనే పరిణామం బ్రిటిషు వారు బలవంతంగా చొరబడి భూ వ్యవహారాలలో ప్రత్యేక శ్రద్ధ కనపరచడం వల్లనే జరిగింది. భూవ్యవహారాలను అర్థం

చేసుకోవాలంటే ముఖ్యంగా వలసవాదుల పెట్టుబడులు, భూములను వ్యాపార వస్తువుగా మార్చివేసిన తీరును అధ్యయనం చేయాలి. ఆర్.ఎస్. రావు గారి పరిశోధనలో వెల్లడించిన మూడు ముఖ్య కారణాలను గనుక పరిశీలిస్తే గిరిజనుల భూవ్యవహారాలలో వలసవాదుల చొరబాటు ఎలా జరిగిందో అర్థమవుతుంది. అవి ఏమనగా: వ్యాపార కూడళ్ళ విస్తరణ, ముడిసరుకు గిరాకి, ప్రభుత్వ పటిష్ఠతకు ప్రయత్నాలు.

18వ శతాబ్దపు తొలిభాగంలో నిజాం ప్రభుత్వ పరిపాలనలో తెలంగాణ గిరిజనులు దాదాపుగా బైట ప్రపంచానికి సంబంధం లేకుండా వారి జీవితాన్ని వారు హాయిగా గడుపుతూ ఉండేవారు. నిజాం ప్రభుత్వం మొదటిలో గిరిజన భూములు, వారి జీవన విధానాలలో ప్రత్యేకమైన శ్రద్ధకనపరచక, వారి రాజకీయ వ్యవహారాలు మిగిలిన భూభాగాల వరకే పరిమితమైవున్న కారణంగా గిరిజనుల భూములు పదిలంగా వున్నాయి. కాని బ్రిటిష్ ప్రభుత్వం నిజాం సర్కారుపై దండెత్తి ఆక్రమించుకొని, ఆధిపత్యం చేజిక్కించుకున్న సమయంలో (1800-1850 సంవత్సర ప్రాంతంలో) భూమి సర్వేలు, ఒప్పందాలు ఏర్పడ్డాయి. నిజాం ప్రభుత్వానికి సైనిక సహాయాన్నందించడంలోని బ్రిటిష్‌వారి కపట యోచన ఏమనగా, గిరిజన ప్రాంతాలలోని ముడిసరుకును సొమ్ముచేసుకొని కొత్త వ్యాపార కేంద్రాలను నెలకొల్పి లాభపడాలనే దురుద్దేశం తప్ప సదుద్దేశం ఏమీ లేదు.

బ్రిటిష్ వారు ప్రవేశపెట్టిన ఈ భూమి సర్వే, ఒప్పందాల వల్ల నిజాం ప్రభుత్వానికి భూములపై పెత్తనం చేసే అధికారమేర్పడి, ఖజానాకు భూముల ద్వారా ప్రభుత్వాదాయం రావడానికి అవకాశం కలిగింది. దీని వల్ల 18వ శతాబ్దపు మలిభాగంలో గిరిజనుల భూములు గిరిజనేతరులకు కౌలుకు, అద్దెకిచ్చే ఆచారమేర్పడింది. ఈ విధానం వల్ల ప్రభుత్వ ఖజానాకు విశేషమైన లాభం కలిగినప్పటికీ, ఆ సొమ్మంతా హైదరాబాద్‌లోని బ్రిటిష్ సైన్యాన్ని మేపటానికి, వారి పోషణకు ఖర్చుపెట్టవలసి వచ్చింది. దీనికి తోడు నిజాం ప్రభువు యొక్క మంత్రి చందులాల్ కళంకపూరిత దుర్వినియోగం ప్రభుత్వాన్ని మరికాస్త సంకటపరచింది.

ఈ సంకటస్థితి నుండి బైటపడటానికి నిజాం ప్రభుత్వం గిరిజన భూములపై మరికాస్త పన్నుభారం మోపి సహజ వనరులు లభించే వారి భూములను స్వాధీనం చేసుకొని ఆ భూములను బ్రిటిషు ప్రభుత్వానికి ఒప్పచెప్పింది. అటు తర్వాత అతిపెద్ద వలసవాద ట్రేడ్‌సెంటర్లుగా చెప్పబడే మద్రాసు, ముంబాయి వరకు విస్తరించి చంద్రపూర్ - బల్లార్షా రైల్వేలైన్ ఏర్పడి ఆదిలాబాద్ అడవి ప్రాంతాలు బైట దేశాలకు బహిర్గతమైనవి. ఇలా చివరకు ఢిల్లీ విఫణితో దక్షిణ భారతదేశాన్ని ముడిపెట్టేసింది.

అడవులను దోచుకోవడమనే ప్రక్రియను ప్రవేశపెట్టటం వల్ల 1920, 1930 మధ్యకాలంలో గిరిజన ప్రజలకు, ప్రత్యేకంగా ఆదిలాబాదులోని గోండులకు వారి భూములను కాపాడుకోవడానికి వీలులేకుండా పోయింది. వీరు శాశ్వత పట్టాలను పొందేహక్కును కోల్పోయారు. దీనికి తోడు నిజాం ప్రభుత్వం బ్రిటిష్ వారిని ప్రోత్సహించి వారికి గిరిజనుల భూములను కట్టబెట్టింది. బ్రిటిష్ వాళ్లు ఖజానాలను నింపుకోవడం ద్వారా గిరిజనులకు తీవ్ర నష్టం వాటిల్లింది. నిజాం ప్రభుత్వం, బ్రిటిష్ ప్రభుత్వం మధ్య జరిగిన భూ ఒప్పందాలవల్ల, ఇరువురు కలిసి ముడిసరుకును కొల్లగొట్టి సొమ్ముచేసుకోవాలనే ఆలోచన చివరకు సింగరేణి గనుల వరకు దారితీసింది. రవాణా, కమ్యూనికేషన్ రంగాలలో విప్లవాత్మక మార్పువచ్చి గిరిజన ప్రదేశాలలో గిరిజనేతరులు, కర్షకేతర సంఘాల చొరబాట్లకు మార్గాలేర్పడినవి. ఈ కారణాలన్నీ కలసి దగాకోరు, దోపిడీవర్గాలు, భూస్వామ్యేతర వర్గాలైన వెలమ, బ్రాహ్మణ, షావుకారుల చొరబాట్లకు ఆస్కారమిచ్చింది.

గిరిజనుల సాధారణ జీవన విధానం, అమాయకత్వం, చట్టంపై అవగాహనారాహిత్యం కారణాల వల్ల వీరు వలసవాదుల అప్పుల్లో కూరుకుపోవడం జరిగింది. దీనికి తోడు బ్రిటిషు ప్రభుత్వ చట్టాలలోని భూబదలాయింపులు, పన్ను విధాయకాల వల్ల గత్యంతరం లేక వారి భూములను తెగనమ్ముకునే గతిపట్టింది. వర్తకులు, వడ్డీవ్యాపారులు, దళారీలు, అప్పులిస్తామనే పేరుతో తిరిగి చెల్లించలేని విధంగా వారిని ఇరకబెట్టి, వారి భూములను దోచుకున్నారు. గిరిజనుల భూములతో, వారి జీవితాలతో ఆడుకున్న విధానం ఇక్కడితో ఆగలేదు. వారిని మోసగించి ఇచ్చిన అప్పులను వసూలు చేసుకోవడానికని వారి భూములలోనే వారిని నౌకర్లుగా, బానిసలుగా పెట్టుకొని పనిచేయించారు. ఈ విధానమే దేశముఖ్‌గా చెప్పబడే భూస్వాములకు గిరిజనుల జీవితాలను పణంగా పెట్టేటట్లు చేసింది.

ఇది గిరిజనుల పాలిట ఆశనిపాతమై కూర్చున్నది. తన ఖజానా పాలసీ ప్రక్రియలో భాగంగా 1920లో నిజాం పేన్స్‌మెన్‌ను గిరిజనుల భూములలో ఆవాసానికి పిలిచింది. ఈ విధానానికి గిరిజనులలో అనేక మార్పులను తెచ్చిపెట్టింది. వీరు ఎప్పుడు వచ్చి తెలంగాణ గిరిజన భూములలో స్థిరపడ్డారని చెప్పడానికి ఆధారాలు లేవు. కాని 1920-40 మధ్యకాలంలో అని చెప్పవచ్చు. ఎలాంటి ముందస్తు సమాచారం లేని ఆక్రమిత ధోరణుల్లో ఉన్న వలసలు గిరిజనుల పరిస్థితులను అధఃపాతాళానికి తొక్కేసింది. ఈ వ్యవస్థ ద్వారా ఎటువంటి నియంత్రణలేని సర్‌బస్తా స్థితి గిరిజనేతరులకు గిరిజనులపై ఆధిపత్యం చూపే అవకాశం ఇతోధికంగా కల్పింపబడింది. ఈ గుంపులు వర్తక పన్ను, ఆదాయాల పేరిట గిరిజనుల భూములలో కాలుమోపి చివరకు వారికే ఏకుమేకై

కూర్చున్నాయి. చట్టాలు తెలియని గిరిజనులు వీరి బాధలకు గురౌతుండటమే కాకుండా అభివృద్ధి పేరిట ఇక్కడ జరిగే ప్రతి ప్రభుత్వ చర్య భూముల అన్యక్రాంతానికి దారితీసి గిరిజనులను నిర్వాసితులను చేసింది. ఎప్పుడైతే నిజాం ప్రభుత్వం చెరువులు నిర్మించడమో, ఉన్నవాటిని బాగుచేయడమో చేయగానే గిరిజనేతరులు కాంట్రాక్టరులుగా వచ్చి ఇక్కడ ప్రదేశాలలో తిష్టవేసి భూములను కబ్జా చేశారు.

ఈ రకమైన ప్రక్రియ వల్ల నిజాం ప్రభుత్వ దాష్టీకధోరణి, అధికపన్ను భారాల వల్ల, గిరిజనేతరుల భూ ఆక్రమణల వల్ల, చివరికి గిరిజనులు వారిభూములను కోల్పోవలసి వచ్చింది.

అడవులను నిర్లక్ష్యధోరణిలో అధికసంఖ్యలో దోచేసి, భూకబ్జాదారుల ఆధిపత్యంతో వాటిని సాగుభూములుగా మార్చి స్వార్థపూరితంగా దోచేశారు. ఈవిధంగా గిరిజనులు అటవీ భూముల నుండి వెళ్ళగొట్టబడ్డారు. కొన్ని ప్రదేశాలలోనైతే భూస్వాములు ప్రత్యేకమైన చట్టపరమైన చర్యలతో రక్షణ తీసుకుని అనేక దుశ్చర్యలకు పాల్పడ్డారు. కొన్ని ప్రదేశాలలో చట్టపరమైన సమస్యలు తలెత్తకుండా జాగ్రత్తలు తీసుకొనబడినవి. కొన్ని గిరిజన ప్రదేశాలను జాబితాలలో సూచించకుండా మాయం చేయడం వల్ల గిరిజనుల మనుగడే ప్రశ్నార్థకంగా మారి చివరకు గత్యంతరం లేక వలసలు పోవలసివచ్చింది.

ఆదాయపు శాఖాధిపతులు ముఖ్యంగా పటేలు, పట్వారీలు, భూముల పరిష్కార ప్రణాళిక పేరిట దొంగలెక్కలు చూపి గిరిజనేతరులకు కొమ్ముగాశారు. ఈ సందర్భాలలో రికార్డులలో గిరిజనేతరుల ఆధీనంలోనే భూములుండుట కనబడుతున్నది. గిరిజనులకు వారి ఆధీనంలో వున్న భూములు కొద్దిపాటి మాత్రమే చూపడమైనది. భూముల పరిరక్షణ పేరిట 1949లో ఏర్పడ్డ చట్టాలన్నీ గిరిజనులకు మేలుచేయడం మాటటుంచి పూర్తిగా వారి భూములు కోల్పోయి వలసలు పోవలసిన పరిస్థితులు కల్పించబడినవి.

భూకబ్జాలు భారీస్థాయిలో జరిగాయి. అన్నింటికంటే ముఖ్యమైనది రికార్డులను తారుమారు చేయడం. అధికమైన పన్నుభారాలు గిరిజనులు అడవులలోపలికి వలస పోవడానికి కారణమైయ్యాయి. ఇప్పటికి కొందరు గిరిజనులను కదిలిస్తే వారు బాధపడుతూ 1920-40 మధ్యకాలంలో వారి పూర్వీకులను బలవంతంగా వారి భూములు ఖాళీ చేయించుట వల్ల దుర్భరపరిస్థితులలో భూములును వదులుకొని వలసవెళ్ళిపోయిన ఉదంతాలు తెలియజేస్తారు. 1952 'ప్రొటెక్టివ్ టెనెన్సీ ఆక్ట్'ను ప్రవేశపెట్టినప్పుడు, భూస్వాములచేత తరిమివేయబడటమో లేదా భూములపై వారి హక్కును పొందుటకు కొంత సొమ్ముకట్టించడానికో చర్యలు తీసుకోబడినవి. ఈ విధంగా గిరిజనుల చేతిలో

వున్న భూములు, వారి యొక్క హక్కులను కోల్పోయే విధంగా చేసింది. తర్వాత ఈ భూములను 1950 దశకంలో దేశ్‌ముఖ్‌లు, దేశపాండేలు చేతులల్లోకి పోయాయి. ఈ చట్టాలు, విధులు, విధాయకాలు, కోర్టులు ప్రవేశించుటచేత గిరిజనులు వారి హక్కులను కోల్పోవలసి వచ్చింది. 1940-50 కాలంలో నిజాం ప్రభుత్వం అవలంబించిన పద్ధతుల వల్ల, భూ ఆక్రమణల వల్ల గిరిజనుల జీవితాలు దుర్భరమైపోయాయి.

ల్యాండు సర్వే పేరుతో చేసిన ప్రత్యామ్నాయ చర్యల వల్ల గిరిజనులకు చట్టపరమైన న్యాయం జరుగకపోగా వారి భూములను సైతం పోగొట్టుకోవలసి వచ్చింది. దీనివల్ల లాండు సర్వేలుగాని, ఒప్పందాలుగాని గిరిజనులకు అన్యాయమే చేశాయి.

ప్రభుత్వం గిరిజనుల భూములను గిరిజనేతరులైన దళారీలకు, భూస్వాములకు అమ్మినప్పుడు తెలంగాణ గిరిజనులు జల్సాపత్తి (డిన్నర్ టాక్స్)కు వ్యతిరేకంగా ఉద్యమాలు చేశారు. అంటే భూములను అధికంగా పాడినవారికి ఒప్పజెప్పడమన్నమాట. ఇది నిజాం ప్రభుత్వం చట్టబద్ధత చేసింది. గిరిజన తెగలవారికి ఈ చట్టాలపై అవగాహన లేకపోవడం, ఉన్నా వాటిని వాడుకునే సొమ్ము వారివద్ద లేకపోవడం చేత, వారు బైటనుంచి వచ్చిన వారితో పోటీపడలేక, వారు సాగుచేసుకున్న సొంతభూములు వారికి తెలియకుండానే చేజార్చుకోవలసి వచ్చింది. చివరకు వీరికి మిగిలినదేమంటే భూములను సాగు చేయడమనే వెట్టిచాకిరి మాత్రమే!

గిరిజన భూముల దురాక్రమణ - కారణాలు

ఆక్రమణనలతో భూమి అన్యాక్రాంతం కావటం, దొంగ రికార్డులు సృష్టించడం పరిపాటైపోయింది. వీటిని ధృవీకరిస్తూ వెనుకబడిన ప్రాంతాలను పర్యవేక్షించే జాతీయ కమీషన్(National Commission on Backward Areas) గుర్తించిన అంశమేమనగా, రికార్డులను నిర్వహించడంలో చేసిన అవకతవకల వల్ల గిరిజనులు వారి భూములపై హక్కు పోగొట్టుకోవలసి వచ్చిందని. వేరియర్ ఎల్విన్ అన్న ఆంగ్లేయుడు ఈ రకమైన అవకతవకల వల్ల కలిగే ప్రమాదాలను ముందుగానే ఊహించడమేకాక, జమీందారీ భూముల విషయంలో సరైన రికార్డులు నిర్వహించలేదని పేర్కొన్నాడు. ఆయన ఈ విషయాన్ని బహిర్గతం చేసిన కొన్ని దశాబ్దాల తర్వాత కూడా వాటిని సవరించే చర్యలేమి చేపట్టలేదు.

ఇక మరోరకమైన భూ ఆక్రమణలేమిటంటే నిబంధనలకు విరుద్ధంగా భూ బదలాయింపులు. కేంద్ర హోమ్ మంత్రిత్వ శాఖ 1975 మేలో కూడా ఇదే అంశాన్ని ప్రకటించడం జరిగింది. అలాగే గిరిజనుల సంక్షేమశాఖ, కార్మికశాఖను నియమించిన ప్లానింగ్ కమిషన్ గిరిజనుల భూములను సంరక్షించటంలో ఎన్ని చట్టపరమైన చర్యలు చేపట్టినప్పటికీ ఈ రకమైన దుశ్చర్యలు జరిగినట్లు గుర్తించాయి. ఇప్పటికీ వాటిలోని లొసుగులు సరిచేసినట్లు దాఖలాలు లేవు. ఈ రకమైన దొంగపత్రాలను సృష్టించడం, గిరిజనేతరుల భూములుగా చూపడం దేశమంతా జాఢ్యమై వ్యాపించింది. బీహారు రాష్ట్రం విడిపోకముందరి జార్ఖండ్‌లోని గిరిజన ప్రాంతాలలోని సొంతభూములు సైతం ప్రభుత్వ నిర్లక్ష్యం వల్ల అన్యాక్రాంతం చేయబడ్డవి.

ఇక మూడవ రకమైన భూ అక్రమణలేమిటంటే భూములను తాకట్టుపెట్టడమో లేదా కౌలుకివ్వడమో చేయడం వల్ల జరుగుతున్నవి. వీరి అవసరాలకయ్యే డబ్బుకోసం గిరిజనులు భూ స్వాములు, వర్తక, వ్యాపారల వద్ద అప్పులు తీసుకోవడానికి బంగారాన్నో, భూములనో కుదవబెట్ట వలసిన దుస్థితి. ఈ విధంగా గిరిజనేతరులు కొన్ని సంవత్సరాల క్రితంవరకు నాటకీయ పద్ధతిలో భూములను స్వాధీనం చేసుకుని గిరిజనులను నిరాశ్రయులను చేయటం జరిగింది. ఈ విధంగా కొండరెడ్డి, కోయల భూములను భూస్వాములు మిర్చి, పొగాకు పండించడానికి వారివద్దే ఉంచేసుకొనేవారు. బాడుగ గడువు సమయం తీరిపోగానే మరలా కొత్త ఒప్పందం రాసుకొని పంటపండించగా వచ్చిన లాభంలో అందరూ పంచుకునే ఒప్పందం పెట్టి గిరిజనులను మోసబుచ్చారు. కొన్నిచోట్ల వాణిజ్య పంటలు పండించడానికి అనువైన నల్లరేగడి భూములు గల గిరిజనులకు వారికి రావలసిన డబ్బునుయిచ్చి ఆ భూములను భూ ఆక్రమణదారులు తమ ఆధీనంలో ఉంచుకొనేవారు. ఈ రకమైన ఆక్రమణలు ప్రత్యేకంగా రికార్డులులేని భూములలో విశేషంగా జరిగినవి. స్థానిక పట్వారీలకు లంచమిచ్చి భూతగాదా వ్యాజ్యాల పరిష్కార తేదీలను తారుమారు చేయటం వల్ల భూములను అమ్మిన, తాకట్టుపెట్టిన తేదీలు మార్చివేయడం వల్ల గిరిజనేతరులు న్యాయస్థానాలలో గెలవడానికి ఉపయోగపడేవి. ఈ ప్రక్రియంతా పట్వారీల సహాయంతోనే జరిగేది.

వివాహ సంబంధాలు కూడా వీరిని మోసపుచ్చడంలో ఒక భాగంగా ఉండి అధిక సంఖ్యలో భూములు ఆక్రమణలు చేయడానికి అవకాశమేర్పడినది. పెద్ద ఎత్తున సాగుభూములను గిరిజనుల వద్ద కొని, గిరిజన స్త్రీల పేర్లమీద పెట్టి వారిని భార్యలుగా

చూపారు. ఈ రకమైన వివాహ సంబంధాలు రాజకీయనేతలు రిజర్వుడు నియోజక వర్గాలలో సీట్లను పొందటానికి ఉపయోగపడుతున్నాయి. గిరిజన తెగలలో వారి మధ్య భూబదలాయింపులు చట్టబద్ధత చేయడం వల్ల ఈ రకమైన భూ ఆక్రమణలకు అవకాశమేర్పడింది.

గిరిజనులను దత్తత తీసుకొనే ప్రక్రియ కూడా భూ ఆక్రమణలకు కారణమవుతున్నది. గిరిజనాధికారి ధనం గారి పరిశీలనలో తెలిసిన విషయమేమంటే, గిరిజనేతరులు దత్తత పేరుతో గిరిజనుల కొడుకులుగా మారిపోయి, వారి భూములను స్వాధీనంలోనికి తెచ్చుకుంటున్నారు. ఈ దొంగ దస్తావేజులు ఎంతగా విస్తరించాయంటే కొన్ని గ్రామాలని షెడ్యూల్ ప్రాంతాల నుండి తొలగించడం లేదా గుర్తింపుని మార్చడమే కాక కొన్ని గ్రామాలను షెడ్యూలు ప్రాంతాల పరిధిలోకి తీసుకురావడం జరిగింది.

ఈ భూములను నిర్ధారిత కాలానికి కౌలుకి తీసుకోవడానికి కొన్ని సందర్భాలలో కొంతమంది భూస్వాములు తప్పుడు వైద్య ధృవపత్రాలను సృష్టించి గిరిజనులకి భూమిని సేద్యం చేసే శక్తి లేదని నిర్ధారించిన సందర్భాలు ఉన్నాయి. మరి కొన్ని సమయాలలో దోపిడిదారులు గోండులను నియమించి, రాజకీయ పలుకుబడిని ఉపయోగించి, తమ భూములపై హక్కుల కోసం న్యాయ పోరాటం చేసే గిరిజనులని అణిచివేసారు.

భూబదిలీ నియంత్రణ చట్టాల ఉల్లంఘన

భారత రాజ్యాంగం ప్రతి రాష్ట్రాన్ని ఆ రాష్ట్రంలోని గిరిజన తెగలని అన్ని విధాల దోపిడుల నుండి రక్షించమని నిర్దేశించడమే కాకుండా గిరిజనుల సంక్షేమానికై ప్రత్యేక శ్రద్ధతో ఆర్థిక, విద్యా సంబంధిత అంశాలని ప్రోత్సహించవలసిందిగా ఆదేశించింది. భారత రాజ్యాంగంలోని ఐదవ షెడ్యూల్ పేరా 5(2) ద్వారా లభించిన అధికారంతో గత ఆంధ్రప్రదేశ్ ప్రభుత్వం ఈ క్రింది శాసనాలని షెడ్యూల్ ప్రాంతాలని రక్షించడానికి రూపొందించింది.

నిజాం ప్రభుత్వం ప్రయోగాత్మకంగా మొట్టమొదటి భూమారకపు నిబంధనని 1937లో తీసుకువచ్చింది. ఔరంగాబాద్, హుస్నాబాద్ జిల్లాలలో భూమారకాన్ని నిషేధిస్తూ అమలు చేసింది. ఈ నిబంధనలో చేర్చిన రెండు ముఖ్యమైన అంశాలు: 1) ఈ చట్టం

ప్రకారం రక్షిత వర్గంలో సభ్యుడు కాని వ్యక్తి తన భూమిని, తమ వర్గంలోని సభ్యునికికానీ వర్గానికి కానీ తాలుకుదారు (పరిపాలన అధికారి) అనుమతి లేకుండా అమ్ముకోవచ్చు. కాకపోతే ఆ వ్యక్తి తన వద్ద కనీసం సంవత్సరానికి ముప్పై రూపాయలు విలువగల భూమిని శాశ్వతంగా ఉంచుకోగలగాలి. 2) ఈ చట్టపరిధి నెలకి 500 రూపాయలు ప్రభుత్వానికి చెల్లించే రక్షిత వర్గాల సభ్యులకు వర్తిస్తుంది. అంతకుముందు వున్న చట్టం ప్రకారం ఆ వ్యక్తి తన వద్ద గల మిగులు భూమిని అమ్ముకోవచ్చు. ఈ రకంగా రూపాయలు 500 కన్నా తక్కువ కాకుండా ఉన్నవారిని రక్షిత వర్గంగా పరిగణించారు. ఈ చట్టాన్ని భూమిగల రైతులు దుర్వినియోగ పరిచారు.

1971 భూబదిలీ చట్టం ముఖ్యంగా వడ్డీవ్యాపారుల దోపిడీ నుండి గిరిజనులను రక్షించడానికి, అడవులలోని సహజవనరులని, స్థిరాస్తుల బదిలీలని నియంత్రించడానికి ఏర్పడింది. అయితే గిరిజనులకు దీని వల్ల పెద్దగా ప్రయోజనం ఏమీ లేదు. అయినప్పటికీ వడ్డీ వ్యాపారులు, వర్తకులు, ఏజెన్సీ ప్రాంతాలకి వలసవచ్చి ఎస్టేట్‌ల్యాండ్ చట్టం ద్వారా గిరిజనులను వారి ప్రాంతాల నుండి తరలించారు. ఈ విధంగా ఈ చట్టాన్ని గిరిజనేతరులు, గిరిజనుల అంగీకారంతోనే భూములను స్వాధీన పర్చుకున్నారనే భ్రమ కల్గించారు. ఈ చట్టంలోని అతిపెద్ద లొసుగు యిది. నిజాం పాలనలో తెలంగాణా ప్రాంతంలోని గిరిజనులకు ఆ చట్టం వర్తించదు. నిజాం హయాం చివర్లో, యిదే విధమైన చట్టాన్ని తెలంగాణాలో, తెలంగాణా సాయుధ పోరాటాన్ని ఎదిరించడానికి తీసుకువచ్చారు. అంటే 1949లో హైద్రాబాద్ ట్రైబల్ ఏరియాస్ రెగ్యులేషన్ 1359 (ఫాసిల్)ని జారిచేశారు.

1959 ద్వితీయార్థంలో ప్రవేశపెట్టిన నిబంధన ఒకటి ప్రకారం ఏజన్సీ ట్రాక్ట్స్ ఇంట్రస్టు మరియు ల్యాండ్ యాక్ట్ 1917ను తిరిగి ప్రవేశపెట్టి గిరిజనుల భూములకు రక్షణ కల్పించడం జరిగింది. ఈ నిబంధన ప్రత్యేకంగా శ్రీకాకుళం, విజయనగరం, విశాఖపట్టణం, తూర్పు గోదావరి, పశ్చిమ గోదావరి జిల్లాలకు వర్తించేదిగా వుండి తర్వాత క్రమంగా ఆదిలాబాదు, ఖమ్మం, వరంగల్లు, మహబూబ్‌నగర్లకు విస్తరించడం జరిగింది. ఈ విధానమంతా నిబంధన 11 ప్రకారం గిరిజన భూముల వ్యవహారంలో చట్టపరంగా ఏకీకృతం చేయవలెనని నిర్ణయించడమైనది. 1963 సంవత్సర నిబంధన 11ను ప్రవేశపెట్టుటచేత గిరిజనుల భూమి నిబంధన 1959 ఎఫ్ రద్దుచేయడమైనది. ఈ 1959 నిబంధనలో క్రింద పేర్కొన్న విధంగా గిరిజనుల భూములు రక్షించడానికి చర్యలు తీసుకోవడం జరిగింది.

ఎ) గిరిజనుల భూములలోని స్థిరాస్తులను గిరిజనులకంటే వేరొకరికి అమ్మాలన్నా, తాకట్టు, బదిలీలు చేయాలన్నా ప్రత్యేకాధికారి అనుమతిలేనిచో ఆ లావాదేవీలు చెల్లవు.

బి) ఎలా అనగా బదిలీ అయిన పక్షంలో తిరిగి అతనికో (బదిలీచేసినవానికే) లేదా అతని వారసులకో ఇచ్చివేయాలి.

సి) 1959 నిబంధన ఒకటి, సెక్షన్ 8 క్రింద నిబంధనలు ఏర్పరచడమైనది. దీని ప్రకారం ఒకవేళ బదిలీకాబడిన భూములను వారుగాని, వారి వారసులు గాని తీసుకోవడానికి ఇష్టపడని పక్షంలోనో లేదా వారి జాడ తెలియకున్నను నియమితాధికారి ఆ భూములను గిరిజనులలోని ఇతరులకు మాత్రమే అమ్మివేయడమో లేదా సహకార సంఘాలకు లేదా ప్రభుత్వ సొమ్ముగా గుర్తించి దత్తం చేయడమో చేయాలి. అయితే ఈ ప్రత్యేకాధికారులకు ఈ బాధ్యతను కట్టబెట్టాలి అని నిర్ణయించిన నిబంధనలో లోపాలున్నవి. వీరిలో నిబద్ధత, నైతికత లోపించి బదిలీల విషయంలో అన్యాయాలు జరిగినవి.

చాలా సందర్భాలలో భూబదలాయింపులు, ఆక్రమణలన్నవి కౌలుకు ఇవ్వడంతోనో, తాకట్టుపెట్టడంతోనో మొదలై చివరకు అధికార బదలాయింపులతో పర్యవసించే పరిస్థితులకు వచ్చినవి. మరికొన్ని సందర్భాలలో యాజమాన్యం అధికారికంగా ఒకరిపేరు మీద వుండి, సేద్యం మాత్రం గిరిజనేతరులు చేసుకొనుట జరిగింది. గిరిజనులకు వారసులున్నప్పటికిన్నీ, లేనట్లు సృష్టించి సాక్ష్యాలు మార్చి గిరిజనేతరులకు కట్టబెట్టడం జరిగింది. పైన పేర్కొన్న చట్టపరమైన లొసుగులను ప్రయోగించి భూములను అన్యాక్రాంతం చేయడమేగాక అనేక రకాల దొడ్డిదారులలో భూములను గిరిజనేతరులకు కట్టబెట్టడమైనది. ఈ దొడ్డిదారులలో ముఖ్యంగా:

1) గిరిజనేతరుని వద్ద పని చేసే గిరిజనుని పేరుకు వేరొక గిరిజనుని భూమిని బదలాయించడము.

2) గిరిజనతెగ స్త్రీలను పరిణయమాడి వారి భూములను ఆక్రమించడము.

3) భూములకు అధికారులైనప్పటికి పట్టాలని ఇవ్వకుండా గిరిజనుల భూములను బలవంతంగా సాగు చేయడము.

ఈ కారణాలన్నిటి వలన గిరిజనులు భూమి హక్కులు కోల్పోయారు. ఈ లొసుగులన్నీ జిల్లా, రాష్ట్రస్థాయిలో గమనించిన మీదట 1970లో దీనిని సవరించుట జరిగినది (38).

1970 సవరణ చట్టం జులై 1, 1971లో అమలులోనికి వచ్చింది. ఇది గిరిజన ప్రాంతాలలో అన్ని భూములకు వర్తిస్తుంది. అయితే మహర్, ముఘాలు భూములకు

మాత్రం మినహాయింపు వుంది. (నిబంధన 1 మరియు 2 ఆఫ్ 1969 ప్రకారం). ఈ నిబంధన ప్రకారం ప్రతి సేద్యపు భూమి వున్న రైతు అధికారికంగా రైత్వారీ పట్టా కలిగివుండాలి. ఒకవేళ ఎస్టేట్ అబాలిషన్ యాక్ట్ కింద ప్రభుత్వం భూములను హస్తగతం చేసుకున్న వాటిలో గిరిజనుల భూములు ఉన్నచో, ఆయా భూములను ఆక్రమించుకుని వుంటున్న గిరిజనేతరులు ఈ నిబంధనకు పూర్వం ఎనిమిది సంవత్సరాల నుండి వుంటున్నచో వారికి భూమిపై ఆధిపత్యముంటుంది. వారు రైత్వారీ పట్టాకు అర్హులు.

ఈ విధంగా గత ఆంధ్రరాష్ట్ర ప్రభుత్వం 1970లో నిబంధన ఒకటి పరిశీలించి పునఃసవరణను 1971లో చేసింది. 1970 నిబంధన ఒకటి ప్రకారం ఏర్పడ్డ సహకార సంఘాలు మరియు కుదవ బ్యాంకులు ఈ గిరిజన ప్రాంతాలలో కొన్ని కష్టాలను చవిచూసినవి. ఈ సాంకేతిక లొసుగులను తొలగించడానికి 1970 నిబంధన ఒకటిలోని సెక్షన్ 3ని సవరించడం జరిగింది. ఈ సవరణ ప్రకారం ఎవరేని గిరిజనులు వీరి భూములను సంఘానికి తాకట్టు పెట్టినచో వారు దానిని తిరిగి రుసుము చెల్లించని పక్షంలో వారి భూములను కేవలం గిరిజన తెగవారికే అమ్మాలి. ఇంత కఠినమైన చట్టం ఏర్పరచినప్పటికీ అధికారిక లొసుగుల వల్ల గిరిజనేతరులకు ఈ భూములు కట్టబెట్టడమైనది.

ఈ ప్రయత్నాలన్నీ వెరసి చివరికి గవర్నమెంట్ ఆర్డర్ (జి.ఒ.ఎమ్.ఎస్. నెం. 129) ప్రకారం కొన్ని నిబంధనలు, షరతులతో గిరిజనేతరులకు కూడా గిరిజనుల భూములలో స్థానాన్ని కల్పించడమైనది. 1974 వ సంవత్సరంలో ప్రభుత్వం జారీచేసిన ఆర్డరు ప్రకారం ఖమ్మం జిల్లా కలెక్టరు గిరిజనేతరులు ఆక్రమించుకున్న భూములను ఖాళీ చేయించే ప్రయత్నం జరిగింది. జిల్లా పరిషత్ వారి తీర్మానాన్ని అనుసరించే ఈ ఆదేశాలివ్వడం జరిగింది. దీని ప్రకారం గిరిజనేతర పేదవారికి దీని నుండి మినహాయింపు ఇచ్చారు. ప్రత్యేకంగా గిరిజన ప్రాంతంలో 5 ఎకరాల వరకు మాగాణి భూములు, 10 ఎకరాల వరకు మెట్టభూములు పొందటానికి అనుమతి మినహాయింపు ఇవ్వడమైనది. దీనితో గిరిజనుల హక్కులన్నీ కాలరాచి గిరిజనేతరులకు ప్రత్యేక రాజ్యాంగబద్ధ హోదా కల్పించినట్లైంది.

దీనిని ఆసరాగా తీసుకుని భూస్వాములు, గిరిజనేతరులైనవారు ఈ భూములను చిన్న చిన్న ముక్కలుగా విడగొట్టారు. భూపరిమితి నిబంధనను ఉల్లంఘించారు. భూములను ముక్కలు చేసి, ఆ ముక్కలను గిరిజనేతర చిన్న రైతులకు అమ్మి వారిని పావులుగా వాడుకొని లాభపడటం జరిగింది. ఆక్రమిత భూములపై వారి ఆధిపత్యాన్ని కొనసాగించు

కొనుటకు, చట్టం నుండి తప్పించుకొనుటకు గిరిజన పెద్దలకు లంచాలు సూత్రమిచ్చి వశపరచుకున్నారు. కోర్టులు గిరిజనులకు అనుకూలంగా తీర్పునిచ్చినా, భూ ఆక్రమణ దారులు కిరాయి రౌడీలతో బెదిరించి, పోలీసు దౌర్జన్యాలతో ఆ భూములను తిరిగి హస్తగతం చేసుకొన్నారు. దీనివల్ల గిరిజనుల భూములు గిరిజనేతరుల చేతులలోనే వుండిపోయాయి.

పూర్వమేర్పరచిన నిబంధనలేవీ గిరిజనేతర రైతులను భూములపై సొంతదారులు ఒప్పకోకపోయినప్పటికీ, ప్రస్తుత నిబంధనలు సామాజిక, ఆర్థిక సమానతలను రూపుమాపుతూ గిరిజనేతరులకు గిరిజన భూములపై పెత్తనం వహించే హక్కును కట్టబెట్టినట్లైంది. దీనివల్ల గిరిజన, గిరిజనేతరుల మధ్య బద్ధవైరం నెలకొన్నది. ఈ విధంగా పాలకవర్గం భూముల ఆక్రమణపై గిరిజనులు దృష్టి సారించకుండా వారి భూములు అన్యాక్రాంతమైనట్లు చూపే ప్రయత్నం చేసింది.

ఇక్కడ నిరంతరం జులుం చేస్తూ తారుమారు తంతుల వల్ల పాలకవర్గం ఆధిపత్యాన్ని ప్రదర్శించింది.

ఈ భూనిబంధన చట్టంలోని మరొకలొసుగు పెత్తందారి, జాగిర్దారి, మక్తా, కౌలును మినహాయించడం. ప్రత్యేకంగా ఆర్థిక దివాలాకోరుతనం వల్ల గతంలో నిజాం ప్రభుత్వం ఖజానా పెరగడానికని ఏ రకమైన మార్గాన్నవలంబించైనా రెవెన్యూని పెంచమని సర్వాధికారాన్ని జాగిర్దారులకు అప్పగించింది. అందువల్ల ఈ చట్టాన్ని అమలుజరపటంలో లొసుగులేర్పడ్డాయి.

జిల్లా కలెక్టరుతో పాటుగ ఏజన్సీ డివిజనల్ ఆఫీసర్లు, గిరిజన సంక్షేమ డిప్యూటీ కలెక్టరు, (ఎల్విన్‌పేట, శ్రీకాకుళం, విజయనగరం జిల్లాలకు సంబంధించి) పాడేరు (విశాఖపట్టణం) ప్రత్యేక డిప్యూటీ కలెక్టరు, రంపచోడవరం (తూర్పుగోదావరి), కోట రామచంద్రపురం (పశ్చిమగోదావరి), భద్రాచలం (ఖమ్మం), ఏటూరు నాగారం (వరంగల్లు) మరియు ఉట్నూరు (ఆదిలాబాదు), ఐ.టి.డి.ఎల ప్రాజెక్టు ఆఫీసర్లు అంతా కలిసి గిరిజనేతరులను గిరిజనుల భూముల నుండి ఖాళీ చేయించి, ఆయా భూములను తిరిగి యజమానులకో లేదా వారి వారసులకో ఇవ్వడమైనది. ఈ విధంగా అన్యాక్రాంతమైన భూములను ప్రత్యేక డిప్యూటి కలెక్టర్లు స్వాధీనం చేసుకొని నిబంధనలకనుగుణంగా ప్రత్యేకచర్యలు చేపట్టి భూములను నిజమైన యజమానులకు కట్టబెట్టారు.

భూబదలాయింపు నిబంధనా చట్టం అమలు పట్టిక

భూబదలాయింపు నిబంధనా చట్టం ప్రభావవంతంగా పనిచేయుట వల్ల అధిక మొత్తంలోనే ఆయా భూములు గిరిజనులకు తిరిగి అప్పగించారు. వాటి వివరాలు పట్టిక రూపంలో యివ్వడమైనది.

1.	గిరిజన ప్రాంతాలలో గిరిజనేతరులు ఆక్రమించిన భూములు	5,750 ఎకరాలు
2.	సంబంధించినంత భూమి (పై దానికి సంబంధించి)	2,455.22 ఎకరాలు
3.	ఎల్.టి.ఆర్‌ను అనుసరించి విచారణ చేపట్టినవి	57,150 కేసులు
4.	పరిష్కరించిన వ్యాజ్యాలు	48,234
5.	పై 5నకు సంబంధించినంత భూమి	2,17,574.24 ఎకరాలు
6.	గిరిజనేతరులకు అనుకూలంగా పరిష్కరించబడ్డ వ్యాజ్యాలు	23,702
7.	దీనికి సంబంధించినంత భూమి	1,18,486.51 ఎకరాలు
8.	గిరిజనులకు అనుకూలంగా పరిష్కరించబడిన వ్యాజ్యాలు	24,532
9.	దీనికి తగిన భూమి	99,087,73 ఎకరాలు
10.	భూమిని తిరిగి గిరిజనులకు ఒప్పజెప్పినవి	20,233 కేసులు
11.	దీనికి తగ్గ భూములు	68,520.98 ఎకరాలు
12.	పరిష్కారం కాని కేసులు	2,100
13.	దీనికి తగ్గ భూమి	7,653.43 ఎకరాలు

పై పట్టిక నేషనల్ సెమినార్ ఆన్ షెడ్యూల్డ్ ట్రైబ్స్ యండ్ సోషల్ జస్టిస్ 29,30 జూలై 1995, డిపార్టుమెంట్ ఆఫ్ ట్రైబల్ వెల్ఫేర్, గత ఆంధ్ర ప్రభుత్వం హైదరాబాదు నుండి గ్రహించడమైనది.

ఈ పట్టికననుసరించి 7,51,435.66 ఎకరాల భూమి గిరిజనేతరుల హస్తగతమైనట్లు తెలుస్తున్నది. 2,45,589.25 ఎకరాలలో కేవలం 57,150 కేసులు ఆక్రమించినవి. దీనినిబట్టి ఎ.పి. షెడ్యూల్డ్ ఏరియాస్ ల్యాండ్ ట్రాన్స్‌ఫర్ రెగ్యులేషన్ ఏక్ట్ 1959ని అతిక్రమించినట్లు తెలుస్తున్నది. 48,234 కేసులకుగాను 2,17,574.24ఎకరాల భూమి పరిష్కరింపబడగా 1,23,692 కేసుల విషయంలో

1,18,486.51ఎకరాల భూమి గిరిజనేతరులకనుకూలంగా పరిష్కరింపబడినది. ఇదే 49.13% గా వున్నది. గిరిజనులకనుకూలంగా పరిష్కరింపబడినవి కేవలం 24,532 అనగా 50.86%, 48,234 కేసులకు సంబంధించిన 2,17,574.24 ఎకరాల భూములలో 99,087.73 ఎకరాల భూములు గిరిజనులకు తిరిగి ఇచ్చివేయడమైనది (ఇది 45.54%) ఇక్కడ ప్రత్యేకమేమంటే ఒక్క ఖమ్మం జిల్లాలోనే అధికమొత్తం అనగా 50%, 25,311 కేసులు నమోదయ్యాయి. 76,584.59 కేసులు గిరిజనేతరుల కనుకూలంగా పరిష్కరింపబడ్డాయి.

పైన చెప్పిన పట్టిక అసలైన వివరణ పూర్తిగా యివ్వలేకపోవచ్చు. వాస్తవంగా చాలామంది గిరిజనేతర రైతులు, అప్పు, కౌలు, కుదవ పెట్టటమో, భూములు చట్టవిరుద్ధంగా స్త్రీల పేరుమీద బదలాయింపుల రూపంలోనో, నకిలీ సర్టిఫికెట్ల రూపంలోనో భూబదలాయింపులు జరిగినవి. ఎ.పి. షెడ్యూల్డ్ ఏరియాస్ లాండ్ ట్రాన్స్ ఫర్ రెగ్యులేషన్ 1959 ప్రకారం అనేక చర్యలు చేపట్టి గిరిజనులకు భూములు ఒప్పజెప్పే ప్రయత్నం చేసినప్పటికి గిరిజనేతరుల ఆధిపత్యం వల్ల అడ్డదారులలో గిరిజనేతరులకు కట్టబెట్టబడ్డాయి. దీనికి తోడు ప్రభుత్వ ఉద్యోగుల కొరతతో, గిరిజనుల బాధలు, కష్టాలను తీర్చడంలో విఫలమై అన్నిరకాలుగా వారికి నష్టం చేకూర్చబడింది.

1955 స్పెషల్ డిప్యూటీ కలెక్టరును నియమించి తర్వాత ఆదిలాబాదు, ఖమ్మం, వరంగల్ జిల్లాలలో నమోదైన కేసులను బట్టి ఎన్ని కేసులు నమోదైనాయి, ఎన్ని పరిష్కరింపబడ్డాయో అర్థమవుతుంది.

కేంద్రస్థాయిలో హోం మంత్రిత్వశాఖ సహాయ కార్యదర్శి ఆధ్వర్యంలో గిరిజన సంక్షేమశాఖ నేర్పరచి వారి బాగోగులను, అభివృద్ధిని చూడడానికి నియమించింది.

ఒక విశేషమేమంటే గోదావరీ పరీవాహక ప్రాంతంలోని వేల ఎకరాల సాగుభూములు రాష్ట్రంలోని అనేక గిరిజనేతరులను ఆకర్షించాయి. భూబదలాయింపు చట్టం అమలుచేసే నిజాయితీగల అధికారులను బదిలీలు కూడా చేయటం జరిగింది. వరంగల్, పశ్చిమగోదావరి, ఆదిలాబాదు ప్రాంతాలలో భూములను తిరిగి గిరిజనులకు ఒప్పచెప్పిన శాతాన్ని చూస్తే అది కేవలం పశ్చిమగోదావరిలో 5 శాతం కాగా ఆదిలాబాద్‌లో 46 శాతం మాత్రమే!

ఖమ్మంలో 92,923.23 ఎకరాలు, ఆదిలాబాదులో 42,965.35 ఎకరాలకు గాను ఖమ్మంలో 9531 ఎకరాలకు, ఆదిలాబాదులో 3622 ఎకరాల భూములు మాత్రమే

గిరిజనులకు అనుకూలంగా పరిష్కరింపబడినవి. మరొక విచిత్రమేమంటే 1995 జూలై నాటికి పెండింగ్‌లో వున్న కేసులు ఖమ్మం, ఆదిలాబాదులలో వరుసగా 22 మరియు 583. ఇది మొత్తం 483.55 ఎకరాల భూమి. ఈ విధంగా భూస్వాములకు వ్యతిరేకంగా తీర్పువస్తుందనుకున్న కేసులు పరిష్కరించకుండా వున్నాయి.

మరొక ముఖ్య విషయం గమనించదగ్గదేమనగా, ఖమ్మంలో 12,949 కేసులలో 43,198.44 ఎకరాలకుగాను, 16,287.67 ఎకరాలకుగాను ఆదిలాబాదులోను గిరిజనేతరులకు భూములను అప్పగించడానికి గల కారణాలేమనగా రెగ్యులేషన్ యాక్ట్ రాకమునుపు అనగా డిసెంబరు, 1, 1963కు ముందే కేసులు పరిష్కారమవ్వడం. నమోదైన కేసుల తారీఖులను తారుమారు చేసి నిబంధన చట్టానికి అడ్డం రాకుండా ఎన్నో అవినీతి వ్యవహారాలు చేపట్టడం జరిగింది. ఈ వ్యవహారం ఆంధ్రప్రదేశ్ ల్యాండ్ ట్రాన్స్‌ఫర్ రెగ్యులేషన్ 1963లో కూడా జరిగింది. ఈ విధంగా చట్టపరమైన వ్యవహారాలను అర్థం చేసుకోలేని గిరిజనులను మోసం చేసి అనేక సారవంతమైన భూములను గిరిజనేతరులకు కట్టబెట్టడమైనది.

ఈ వ్యవహారాలను నడిపే అధికారులను సహజంగా రెండు రకాలుగా విభజించవచ్చు. ఉన్నత అధికారులలో చాలావరకు నక్సలైటు ప్రాంతాలలోకి వెళ్ళడానికి భయపడి అన్ని విషయాలు పరిగణనలోకి తీసుకోకుండా రిపోర్టు ఇవ్వడము. ఇక రెండవరకము వారు చిత్తశుద్ధితో వున్నప్పటికీ ఒత్తిళ్ళకు లొంగి పని నిర్వహించలేని పరిస్థితిలో వున్నవారు. దీనికి తోడు స్పెషల్ డిప్యూటీ కలెక్టరుకు ప్రత్యక్షంగా రెవెన్యూ డిపార్టుమెంటు నుంచి, పరోక్షంగా ప్రభుత్వం నుండి ఒత్తిడి వచ్చి పనిచేయనివ్వక తరచు బదిలీలు జరిగాయి. దీనిమూలంగా ఈ బాధ్యతలు సీనియర్ కలెక్టర్లకు బదలాయించగా వారు వారి పని ఒత్తిళ్ళ వల్ల ఈ వ్యవహారాలలో దృష్టి సారించలేని పరిస్థితి ఏర్పడింది. ప్రాథమిక సర్వే సమయాలలో గిరిజనులను భయపెట్టి వాస్తవ విషయాలను చెప్పకుండా నోళ్ళు మూయించడం జరుగుతుంది.

ఈవిధంగా ప్రత్యేక కలెక్టర్లు నియమింపబడ్డప్పటికీ అనేక అవరోధాలతో గిరిజనేతరులకు వ్యతిరేకం కాకుండా జాగ్రత్తపడి గిరిజనులకు మొండి చెయ్యి చూపడమైనది.

స్వాతంత్ర్యానికి ముందు ఆ తరువాత గిరిజనోద్యమాలు

భూములను బయట వ్యక్తులు ఆక్రమించి గిరిజనుల జీవన విధానాలను దెబ్బతీసిన వైనాలు చరిత్రలో ఎన్నో వున్నాయి. గిరిజనులను ఎప్పుడూ ఉద్యమకారులుగా ముద్రవేసి వారి ఆధిపత్యాన్ని చాటుకోవడానికి పాలకులు గిరిజనులపై సైనిక బలగాలను మోహరించి అణచివేతకు గురిచేశారు. వలసవాద కాలంలో గిరిజన తెగలవారు స్థానిక పాలకులపై మరియు బ్రిటిషు వలసవాదులపై ఉద్యమించేవారు. ప్రత్యేకంగా ఈ ఉద్యమాలు వారి భూహక్కులను పొంది తిరిగి భూములను స్వాధీనం చేసుకోవడానికి జరిగేవి.

ఆదిలాబాదులో కొమురం భీం నాయకత్వంలో గోండుల ఉద్యమం నిజాం ప్రభుత్వానికి వ్యతిరేకంగా 1940లో రగుల్కొన్నది. తూర్పు కనుమలలో నాల్గు సాయుధ గిరిజన ఉద్యమాలు పుట్టాయి. మొదట రెండు ఉద్యమాలు 1802-03 మధ్యకాలంలో తూర్పుగోదావరి జిల్లా రంపచోడవరంలో జరిగాయి. మొదటి దానికి రామభూపతి నాయకత్వం వహించి రంప ఉద్యమకారుడుగా ముద్ర వేయించుకున్నాడు. ఇక మూడవది 1922-24 మధ్య అల్లూరి సీతారామరాజు నేతృత్వంలో తూర్పుగోదావరిలోనే జరిగింది. కొమురం భీముది నాల్గవ ఉద్యమంగా ఆదిలాబాదులో జరిగింది. ఐదవది శ్రీకాకుళంలోను ఖమ్మంలో కూడ జరిగింది.

మొదటిరెండు ముత్తదారీ ఎస్టేటు ఆస్తుల విషయంలో జరిగాయి. ఈ ముత్తదార్లు చిన్న గిరిజనతెగలకు చెందిన పెద్దలు. బ్రిటిష్ ఈస్టు ఇండియా కంపెనీ ఏజంట్ల ద్వారా తక్కువ జీతంతో భూపన్నులను వసూలు చేయడానికి వారు నియమింపబడ్డారు. ఈ ముత్తదార్లు కోయలు, కొండరెడ్లపై అనేక దౌర్జన్యకర చర్యలు, పదవీ దుర్వినియోగాలు, అకృత్యాలకు పాల్పడి బీద గిరిజనులను అనేక అగచాట్లకు గురిచేశారు.

1879- 80 లో మొదటి ఉద్యమం :

ఇది రంపలో జరిగింది. ఇందులో కొండరెడ్లే పరోక్షంగా పాల్గొన్నారు. ఇది సామ్రాజ్యవాద వ్యతిరేకపోరు. ఈ ప్రాంతాన్ని నిజాం రాజ్యం 1766లో బ్రిటిష్ ఈస్ట్ ఇండియా కంపెనీకి కట్టబెట్టింది. ఆంధ్రప్రదేశ్ కోస్తా జిల్లాలలోని చోడవరం తాలూకాలోనున్న రంప ప్రదేశానికి 19వ శతాబ్దం వరకు లాండ్ రెవెన్యూ సరిగా వసూలు చేసిన దాఖలాలు లేవు. దానికి తోడు కల్లుగీత కార్మికులకు అప్పటివరకు కల్లు ఉచితంగా లభించేది. ఇది మునుసబ్‌దార్ల చేత నిరోధించబడింది. దాంతో 1879లో గొప్ప ఉద్యమానికి దారితీసింది.

1915-16లో కొండరెడ్ల ఉద్యమం :

ఈ తిరుగుబాటు గిరిజనులకు సంబంధించినది కాదు. అంతేగాక గొప్పగా చెప్పుకోదగ్గ ఉద్యమం కూడా కాదు. లేకపోతే మాల్‌కంట్లు, బందిపోట్లు చట్ట ఉల్లంఘనలు చేస్తూ కొండ ప్రజలను బెదిరించి వారికి సహాయం చేయడానికి బలవంతపెట్టారు. ఈ ఉద్యమం విశాఖ, తూర్పుగోదావరి కొండ ప్రాంతాలలో జరిగింది.

1922-24 లో అల్లూరి సీతారామరాజు నేతృత్వంలో జరిగిన తిరుగుబాటు:

ఇది భారత ప్రజలను దోచుకున్న దోపిడీదారులపై, బ్రిటిష్ సాయుధ బలగాలపై జరిగిన సమరం. 1922 నుండి 1924 వరకు సాగింది. ఈ ఉద్యమానికి మంచి ఆదరణ వచ్చేటప్పటికి అడవి జాతివారంతా మలబార్ పోలీసుల చేతులలో అనేక బాధలనుభవించారు. ఇక్కడి గిరిజనులు అటవీశాఖ అధికారులకు వ్యతిరేకంగా పోడు అనే పంటసాగుకై, అలాగే వారి నిబంధనలపై, గూడెం యొక్క తహసిల్దారు అవకతవక పనులు, అఘాయిత్యాలు, దౌర్జన్యాలపై పోరాడవలసి వచ్చింది. ఇది సీతారామరాజు నేతృత్వంలో సాగిన సమరం. ఇందులో సాడులు, మండ, గోండు, బిల్లులు ప్రభుత్వాధికారుల దుశ్చర్యలకు బలై వ్యతిరేకించినవారే. ఇవి చాలా ప్రధానమైన తిరుగుబాట్లు. అనేక మంది గిరిజనులు ఎంతో ఉత్సాహంతో వారి స్వాతంత్ర్యం కోసం పోరాడిన పోరాటంగా చెప్పవచ్చు. నాయకులంతా స్వార్థం వీడి గూడెం జనులకోసం సర్వం త్యజించి పోరాడిన వ్యక్తులే.

1940 దశకంలో ఆదిలాబాదు గోండుల పోరు :

గోండుల తమ సాగుభూములను గిరిజనేతరుల నుండి రక్షించుకోవడానికి, అలాగే ప్రభుత్వాధికారుల దౌర్జన్యాధిపత్యాలకు వ్యతిరేకంగా కొమురం భీం నేతృత్వంలో ధానార రిజర్వు ఫారెస్టు ప్రాంతంలో చేసిన పోరాటమిది. 1940వ దశకానికి భూస్వాములు,

పెట్టుబడిదారులు, వర్తక, వ్యాపారస్తులు ఇతర ప్రదేశాల నుండి వలసలు వచ్చి గిరిజనుల భూములను ఆక్రమించుకుని సామాజిక వ్యత్యాసాలను సృష్టించారు. అక్షరాస్యుడైన భీం కొండగ్రామమైన బాబ్జీరే మోగులీని కోలంలో గోండుల కష్టాలను తీర్చడానికి ప్రయత్నించాడు. అయితే వారి దగ్గర ఎలాంటి భూసంబంధిత ఋజువు పత్రాలు లేకపోవుటంచేత అటవీ అధికారులు చాలా సులభంగా వారినందరినీ ఆయా ప్రాంతాల నుండి ఖాళీ చేయించడానికి ఆస్కారమేర్పడినది. ఇది సాయుధ పోరాటానికి దారి తీసింది. కాని గిరిజనులకు వారి సాగుభూములను పొందే హక్కు రాలేదు. ఈ పోరాటం 1940వ దశకం చివరిదాకా సాగింది. ప్రభుత్వం వారికి భీం అర్జీలుపెట్టి వారి భూములను సాధించుకునే ప్రయత్నాలు చేశాడు. ఈ పోరాటమిలా సాగుతుండగానే అధికార భూమదాంధులు పోలీసు బలగాల సహాయంతో అతికిరాతకంగాను, హింసాత్మకంగా పోరాటాన్ని అణగత్రొక్కారు. అనేక గోండులు పోలీసు కాల్పులలో మరణించారు.

1946-51 తెలంగాణ సాయుధ పోరాటం :

ఈ కాలంలో గిరిజనులు కమ్యూనిస్టు నాయకత్వ సహాయంతో పోరాటానికి సిద్ధపడ్డారు. ఈ ఉద్యమం ప్రత్యేకంగా ఖమ్మం జిల్లాలోని అత్యధిక అన్యాయపు పన్ను వసూలుకి వ్యతిరేకంగా జరిగింది. అంతే కాకుండా ఈ పోరాటం ప్రత్యేకంగా కమ్యూనిస్టు నాయకులు కామ్రేడు మాచవీరయ్య, గంగవరపు శ్రీనివాసరావు కాల్చివేతకు మరియు మాచికంటి రామకృష్ణారావు తదితరుల అరెస్టులకు వ్యతిరేకంగా జరిగింది. ఇతర ఉద్యమ నాయకులంతా అడవులలోకి బలవంతంగా తరలిపోవలసి వచ్చింది. ప్రభుత్వపు దురాక్రమణలు, రైడ్లు ఎక్కువగా అనగా - ఒక గ్రామంపై ఒక నెలలో 160 రైడ్లు చేయడం, అలాగే ఒక దళంపై ఒకేరోజు 12సార్లు దాడులు జరిగాయి. ఈ దాడులలో 1951 చివరకు 31మంది పూర్తికాలిక కార్యకర్తలను, అలాగే నలుగురు జోనల్ కమిటీ సభ్యులను, ఐదుగురు సెంట్రల్ ఆర్గనైజర్లను పోలీసులు కాల్చి చంపారు.

దీని మూలంగా పార్టీ మరలా తన వ్యవస్థనంతా పునర్నిర్మించుకోవలసి వచ్చింది. ఇది ప్రత్యేకంగా అటవీ ప్రాంతాలైన పాల్వంచ, తూర్పు ఇల్లెందు అలాగే మధిర తాలూకాతో పాటు ఇంకా 200 గ్రామాల వరకు విస్తరించగలిగింది. 1949 జూన్ - డిసెంబరు మధ్యకాలంలో 20వేల మంది వ్యవసాయకూలీలు ఉద్యమంలో పాల్గొని వారి వేతనాలను రెండురెట్లు అధికం చేసుకోగలిగారు. తర్వాత కాలంలో కమ్యూనిస్టు పార్టీ దళాలు గోదావరినది దాటి భద్రాచలం నుండి సీతారామరాజు పోరాడిన ప్రదేశం వరకు విస్తరించగలిగారు. ప్రభుత్వం దుష్టపన్నాగం పన్ని అడవి సరిహద్దులలోని జనాలనందరిని ఖాళీ చేయించే నెపంతో సోయంగంగులు అనే చిన్న గ్రామంలోని గుడిశెలలోని 10-

15మంది గిరిజనులను కాల్చి చంపారు. పాల్వంచలోని అల్లంపల్లి ప్రాంతంలో 45 మందిని ఒకేరోజు పొట్టనపెట్టుకున్నారు.

ఇల్లెందు తాలూకా మరియు ఖమ్మం జిల్లాలలో పార్టీ బలోపేతమై అటవీ ప్రాంతాల వరకు వ్యాపించింది. ఇక్కడి ప్రజలకు పట్టణాలతో సంబంధం లేక చాలాదూరం ప్రయాణాలు చేయవలసి వచ్చేది. వారు కేవలం పాడి మరియు పోడు వ్యవసాయంపై ఆధారపడి జీవించేవారు. వారంతా భూస్వాములచేత దురాక్రమణలకు గురై పటేల్, పట్వారీల దౌర్జన్యాలు, అధిక శిస్తులతో విసిగిపోయి, అవి కట్టలేక వారి భూములను పోగొట్టుకోవలసి వచ్చింది. అలాగే కూలీలను తక్కువ జీతాలకు ఎక్కువ వెట్టిచాకిరి చేయించుకొని ప్రభుత్వం నుండి భూములపై పట్టాలు సంపాదించి గిరిజనులను వారి చెప్పుక్రింద తొక్కిపెట్టి ఎన్నో బాధలకు గురిచేశారు.

అటవీ అధికారులు వీరిని తమ సొంత ప్రయోజనాలకు మాత్రం వాడుకుంటూ వంటచెరకు కోసమైనా కనీసం వారికి అనుమతివ్వకుండా, అలాగే గుడిశెలు కట్టుకోవడానికి కావలసిన కలప మొదలైన చిన్న చిన్న వస్తుసేకరణకు కూడా లంచాలను దండుకొనేవారు. వారు ఎప్పుడూ ఏ విధంగా జాగ్రత్త పడేవారంటే గిరిజనుల సాగుభూములన్నీ రిజర్వు ఫారెస్టు స్థలాలలో మాత్రమే వుండేటట్లు చూసుకునేవారు.

నియంతృత్వ పాలకులు కాంట్రాక్టర్ల నుండి లంచాలు తీసుకొని కూలీలకు మాత్రం అతి తక్కువగా వేతనాలిచ్చేవారు. కమ్యూనిస్టు పార్టీ ప్రజలను విజ్ఞానవంతులను, చైతన్యవంతులను చేయడానికి ఎంతో శ్రమించింది. ఒకొక్క గ్రామంలోని ప్రజలందరినీ ఒక చోటికి చేర్చి పార్టీ ఉద్దేశ్యాలను, లక్ష్యాలను బోధించింది. గ్రామదళాలను ఏర్పరచి సామర్థ్యం గల ఆడమగ గిరిజన యువతను ప్రోత్సహించి దళనాయకులుగా చేయగలిగింది. ఎక్కువగా కోయలు దళాలలో చేరారు. పాల్వంచ, ఇల్లెందులలో నివసించే గిరిజనులు వారి వ్యవహారాలను వారే సమర్థవంతంగా నిర్వహించుకోగలిగే విధంగా తయారయ్యారు. వారు అంతా కలసికట్టుగా కదలి ఎన్నో విజయాలను పొందారు. ఈ ఉద్యమం ప్రత్యేకంగా నల్లమల, కృష్ణ పరివాహక అటవీ ప్రాంతాలు, ఆదిలాబాదులోని గోండు గిరిజనులపై ప్రభావం చూపింది. ఇవి తప్ప 1946 నుండి 1970 వరకు ఆదిలాబాదులో చెప్పుకోదగ్గ ఉద్యమాలేమీ చేయలేదు. అనేక గిరిజనుల ఉద్యమాలు కమ్యూనిస్టు పార్టీ నేతృత్వంలో వరంగల్లు, ఖమ్మం, కరీంనగర్ జిల్లాల్లో జరిగాయి. ఈ ప్రాంతాలలో కూడా గిరిజనుల నుండి అన్యాయంగా తీసుకోబడిన భూములకు వ్యతిరేకంగా చేసినవే. ఇక్కడ కమ్యూనిస్టులు గిరిజనుల భూములను వారికి ఇప్పించే ప్రయత్నంలో సఫలులయ్యారు. కాని ఈ ఉద్యమం ఆదిలాబాదుకు మాత్రం చేరలేదు.

1980- 90 దశకంలోని ఉద్యమం:

ఆంధ్రప్రదేశ్ ఏజెన్సీ గిరిజనులను నక్సలైట్ల ఉద్యమకారులుగా పేర్కొన్నారు. వీరే శ్రీకాకుళం, ఒరిస్సా తీరప్రాంతాలలో నివసించే జటపు, సవర తెగలవారు. ఈ తెగవారు నక్సలైట్ల నాయకత్వంలో పోరాటం చేశారు. పశ్చిమ బెంగాలులోని డార్జిలింగ్‌లో ఒక మారుమూల ప్రదేశమైన నక్సల్‌బరీ అనే పేరు నుండి నక్సలైట్లనే పేరు వచ్చింది. చారు మజుందార్ మరియు కానూసన్యాల్ అనే వారు దీనికి నాయకత్వం వహించారు. శ్రీకాకుళంలోని నాల్గు గిరిజన తాలూకాలలో ప్రత్యేకంగా ఈ నక్సలైట్లు వారి స్థావరాలలో నేర్పరచుకున్నారు.

1970 మధ్యలో ఆంధ్రప్రదేశ్‌లో నక్సలైట్ల ఉద్యమం పూర్తిగా అంతానికి వచ్చి స్వయంగా ఉద్యమకారులు లొంగిపోయే దశకు చేరుకుంది. కొంతమంది కీలకనేతలు కాల్చివేయబడడమో లేదా అరెస్టు చేయబడటమో జరిగింది.

అయితే శ్రీకాకుళంలో తిరిగి పరిశీలించిన త్రిసభ్యకమిటీ సాయుధ పోలీసులు చేసే అరాచక, భూటక ఎన్‌కౌంటర్లను ఆపివేయవలసిందిగా డిమాండు చేసింది. అలాగే కమిటీ ఫిర్యాదు చేసి తేల్చిన విషయమేమంటే 21 గ్రామాలు తగులపెట్టబడి అనేక గిరిజనుల నివాసాలు దోచుకోబడ్డాయని.

శ్రీకాకుళం జిల్లాలోని గిరిజనుల మౌలిక సమస్య ఏమిటంటే ఇతర ప్రాంతాల నుంచి వలస వచ్చిన వారు పెద్ద ఎత్తున భూములను ఆక్రమించుకోవటం. ఒక పద్ధతీ వ్యవహారం లేకుండా భూసిస్తులు, బకాయిలు పెంచటం, కోర్టులో కేసుల జాప్యాలు, జప్తులు ఈ విధంగా వుండటంచే ధనమదాంధులు ఈ పరిస్థితులను సొమ్ము చేసుకొని అనేక వేల ఎకరాలను గిరిజనేతరులకమ్ముకొని అమాయక గిరిజనులకు అన్యాయం చేశారు. అటవీ అధికారుల విధివిధాయకాలు కూడా భూఆక్రమణదారులకు తోడు అవటంతో ఈ ఉద్యమం పెల్లుబికింది. ఇంకా గిరిజనుల స్థితిగతులు అర్థం చేసుకొని స్వాతంత్ర్యానంతరం అడవిపుత్రుల సంక్షేమం కోసం భారతకేంద్ర, రాష్ట్ర ప్రభుత్వాలు ఎన్నో చట్టాలు చేశాయి. కాని వాటి పర్యవసానాలు తేటతెల్లమైనాయి. ఎన్ని చట్టాలు చేసినా వారి జీవితాలలో పరిగణించదగ్గ మార్పులు రాలేదు. చట్టంలో లొసుగుల మూలంగా గిరిజనులు వారి హక్కులను కోల్పోవలసి వచ్చింది. హైమన్‌డార్ఫ్ పరిశోధనల ఫలితంగా తెలిసిన విషయమేమనగా డెల్టా భూముల నుండి వలస వచ్చిన వారి మూలంగా గిరిజనులు తాగుడు, మత్తుమందులకు అలవాటుపడుటయే గాక వారి భూములు కుట్రపూరితంగా ఆక్రమించుకోబడినవి.

చట్టాల సవరణలు, నిబంధనలేవీ ఈ రకమైన దుశ్చర్యలను అరికట్టలేకపోయాయి. భూచట్టము 1956లో చేయడమైనది. ఆంధ్రరాష్ట్రావతరణ తర్వాత ఇది కేవలం ఏడు సంవత్సరాలు అంటే 1963 వరకే అమలులో వున్నది. తర్వాత రద్దు చేయబడినది.

స్వాతంత్ర్యానంతరం నుండి జరిగిన అభివృద్ధి కార్యక్రమాలలో గిరిజనుల సహజవనరులు ఏ విధంగా దోచుకోబడ్డాయి. ప్రత్యామ్నాయ మార్గాలు లేక కూలీలను ఎలా తక్కువ వేతనాలిచ్చి వాడుకున్నారో ముందు అధ్యాయాలలో పరిశీలించాము. తెలంగాణ ఉద్యమం తర్వాత ఎన్నో చెప్పుకోదగ్గ వామపక్ష కార్యకలాపాలు జరిగినవి. వాటిలో ముఖ్యంగా కామ్రేడ్ వేంకటేశ్వరరావు ఆదిలాబాదు అటవీ ప్రాంతంలో గిరిజనులతో పాటుగా సహజీవనం సాగించి, వారి భాషను నేర్చుకొని వారిని అక్షరాస్యులను చేశారు. 1978 వారి నాయకత్వంలో గిరిజన రైతుకూలీ సంఘం ఏర్పడి 1980లో విస్తృత ప్రచారం పొందింది. 1978లో వీరంతా కలిసి వడ్డీ వ్యాపరస్తులపై పెద్ద ఉద్యమం ఆసిఫాబాదు తాలూకాలో చేయబడింది. ఇక్కడ గిరిజనులు అటవీ అధికారులను, గార్డులను, వర్తకులను, భూస్వాములను నిరోధించి పనికిరాని దీర్ఘకాలిక పంటలను నాశనం చేశారు. కూలీలు, బీడీకార్మికులు, వ్యవసాయకూలీలు పెద్ద ఎత్తున ఈ ఉద్యమంలో పాల్గొన్నారు.

సంఘం ప్రత్యేకంగా గిరిజనుల సాంప్రదాయాలను సాంస్కృతిక కార్యక్రమాల ద్వారా వారి వారి భాషలలో ప్రదర్శింపజేస్తూ, భూస్వాములు, భూబకాసురులు, వడ్డీ వ్యాపరుస్తులకు వ్యతిరేకంగా ప్రజలలో చైతన్యం సాధించారు. దీని కోసం 'జన నాట్యమండలి' ఏర్పడినది. పాటల ద్వారా గిరిజనులను ఉద్యమాలలోనికి రప్పించే ప్రయత్నం చేసింది. పోలీసులు నిరంతరం కాపలా వుండుటచేత మీటింగులు రాత్రిపూట జరిగేవి. కార్యకర్తలకు ఆహారం గ్రామాల నుండి వచ్చేది. సంఘం ద్వారా గిరిజనులకు ఎంతో మేలు జరిగింది. భూకబ్జాదారులు తమ ఆగడాలను కట్టిపెట్టారు.

1980లో ఇంద్రవల్లి ప్రాంతంలో రగులుకున్న ఉద్యమాన్ని టర్నింగ్ పాయింటుగా చెప్పవచ్చు. గిరిజనులు వారి హక్కుల కోసం పోరాడుతున్న సందర్భంలో పోలీసు కాల్పుల్లో 13మంది మరణించగా ఉద్యమం తీవ్రరూపం దాల్చించి. నేతలంతా పోలీసు సహాయం తీసుకున్నా, కోర్టులనాశ్రయించినా ఇవేవి సత్ఫలితాలనివ్వలేదు.

ప్రజాన్యాయస్థానాల ఏర్పాటు :

ఇంద్రవల్లి సంఘటన తర్వాత గిరిజనులు సంఘం సహాయంతో ప్రజా కోర్టులను నిర్వహించారు. ఇందులో కమిటీ సభ్యులుగా గిరిజన, గిరిజనేతరులను నియమించి కొన్ని సందర్భాలలో భూస్వాముల నుండి భూములు జప్తు చేయించి గిరిజనులకు ఇప్పించడం

జరిగింది. ఈ ప్రజాకోర్టులు కొన్ని సందర్భాలలో అతి భయంకరమైన శిక్షలు అనగా చేతులను నరికివేయడం వంటివి కూడా చేసేవి. ఈ విధంగా పెండింగులో వున్న ఎన్నో కేసులు సులభంగా తీరిపోయేవి. ఈ పరిస్థితి ప్రభుత్వం ఒక చట్టం చేయడానికి కారణమైనది. అదే గిరిజనుల భూములు గిరిజనేతరులకు బదిలీ కావడానికి వీలులేని చట్టం.

కొన్ని సందర్భాలలో ప్రజాకోర్టులు ప్రభుత్వానికి అర్జీలుపెట్టి గిరిజనుల హక్కులను పొందటంలో వ్రాతపూర్వకంగా పత్రాలను కూడా సాధించింది. అలాగే కట్నం, మహిళా హింసలను కూడా ప్రజాకోర్టులు తీర్చగలిగాయి. 1983లో భూ అన్యాక్రాంతాల కేసులు 33,499 ఎకరాలకు గాను 33,499 కేసులు నమోదైనాయి. అయితే ఈ ప్రజాకోర్టులు, భూస్వాముల, కబ్జాదారుల ఆగడాలను నిరోధించడంలో సఫలం కాలేకపోయాయి. ఎందుకంటే వీరు ప్రాంతీయ కోర్టు పెద్దలను, పోలీసులను వశపరచుకుని వారికి అనుకూలంగా మార్చుకొనేవారు.

ఉద్యమం ఉగ్రరూపం దాల్చింది:

1980 చివరికల్లా ఉద్యమం క్రమబద్ధంగా తయారైంది. స్థానిక పోలీసులకు, భూస్వాములకు వ్యతిరేకంగా విద్యార్థులు, కార్మికులు కూడా విశేషంగా యిందులో పాల్గొన్నారు. వీరంతా ఐక్యంగా కూడి భూశిస్తులను కట్టడానికి వ్యతిరేకంగా పోరాడారు. ఆసిఫాబాద్ తాలూకాలో కష్టాలపాలైన కూలీలు వేతనాలు పెంచమని సమ్మె చేశారు. 1981 ఏప్రిల్ 18న మొట్టమొదటి గిరిజన రైతుకూలీ సంఘం మహాసభ ఇంద్రవెల్లిలో జరిగింది. పోలీసుబలగం ఈ గుంపును చెదరగొట్టే నెపంతో పదమూడుమందిని బలిగొన్నది. కేంద్ర ప్రభుత్వం ఈ ప్రాంతాన్ని 'కల్లోలిత ప్రాంతం'గా ప్రకటించింది. బోథ్ తాలూకాను ఇదివరకు వారు సాగుచేసుకున్న భూమిని గిరిజనులు ఆక్రమించి అక్కడ భూమిని బాగుచేసుకున్నారు. అలాగే భూబకాసరుల ఇళ్ళమీదపడి విలువైన వస్తువులను దోచుకున్నప్పటికీ ప్రజాకోర్టు తీర్పుననుసరించి తిరిగి వారికి అప్పజెప్పారు. ప్రభుత్వ పాలసీలకు వ్యతిరేకంగా ఒక మహాసభ జరిపి వారి పట్టా భూములపై పట్టు సాధించే ప్రయత్నం చేశారు. సుమారుగా 3000 జనం ఈ మహాసభను హాజరైనారు. అటవీ రక్షకభటులపై తిరగబడి హింసించి అటవీభూములను వశపరుచుకోవడానికి చేసిన ప్రయత్నం చాలాకాలం కొనసాగి చివరకు సైనికపోరాటానికి కూడా దారితీసింది. 1984 మార్చిలో గిరిజనులు సతన్లా నది ఇరిగేషన్ ప్రాజెక్ట్ కోసమని నష్టపోయిన 300 ఎకరాలకుగాను నష్టపరిహారాన్ని డిమాండ్ చేశారు. 1985లో రెండవ గిరిజన కాన్ఫరెన్స్‌ను

ఏర్పాటుచేశారు. ఇది కూడా ఇంద్రవల్లిలో. మార్షల్స్ రోజున జరిగింది. తెలుగుదేశం ప్రభుత్వం మొదట అనుమతినిచ్చినా తర్వాత మాత్రం కర్ఫ్యూ విధించి కాన్ఫరెన్స్‌ను వ్యతిరేకించింది. ముఖ్యమైన సంఘం నేతలు అరెస్టుచేసి అన్ని రహదార్లను దిగ్బంధించారు. అయినా ఈ మహాసభ అసంపూర్తిగానైనా నిర్వహించగలిగారు.

ఆదిలాబాదులో 1988లో వచ్చిన కరువు తోడై పరిస్థితులను అధ్వాన్నపరిచాయి. పర్యవసానంగా అనేక కుటుంబాలు కరీంనగర్ మరియు నిజామాబాద్‌కు ఉపాధికోసం వలసపోయాయి. అయితే పట్టణాలలో వీరు జీవనోపాధిని పొందలేకపోయారు. ఆకలిచావులు, వలసవెళ్ళుట చేత మరణాలు ఉట్నూరు, వాంఖాడి తాలూకాల్లో ఇంకాస్త పరిస్థితిని అధ్వానం చేశాయి. గిరిజనులు కందమూల ఫలాదులపై ఆధారపడి జీవించారు. ఈ కరువుదినాల్లో గిరిజనులు షావుకారుల ఇళ్ళు, దుకాణాలు, గోదాములపై బడి ధాన్యాలను దోచుకున్నారు. ఖానాపూర్ తాలూకాలోని పెమిలో సాయుధపోరులో 250కి పైగా గిరిజనులు పాల్గొన్నారు.

ప్రభుత్వ ప్రతిచర్య:

జరుగుతున్న పరిణామాలపై రాష్ట్రప్రభుత్వం పలురకాలుగా స్పందించింది. ఉద్యమాన్ని తగ్గించడానికి ఒకవైపు అణచివేయడానికి మరొకవైపు తీవ్రప్రయత్నం చేసింది. ప్రభుత్వం 'కౌలుదారీ సంస్కరణ' ప్రవేశపెట్టింది. గిరిజనుల ఆధీనంలోకి భూములు తేవటం అనేది దీని లక్ష్యం. అయితే గిరిజనేతరులు దీనిపై కోర్టు నుండి స్టే ఆర్డరు తెచ్చుకోగలిగారు. అందువల్ల ప్రభుత్వ ప్రయత్నం నిష్ఫలమయ్యింది. కాంగ్రెస్ ప్రభుత్వం కూడా ఎన్నో ప్రజాప్రయోజన కార్యక్రమాలను ట్రైబల్ సబ్‌ప్లాన్ ఇంటిగ్రేటెడ్, ట్రైబల్ డెవలప్‌మెంట్ ఏజన్సీస్ ద్వారా ఏర్పరచి తిరిగి గిరిజన భూములు వారికే ఒప్పజెప్పే ప్రయత్నం చేసింది. అయితే వీటిలో గిరిజనులు లాభపడ్డది కొద్దిమంది మాత్రమే!

పోలీసులు, ఫారెస్టుగార్డులు ఈ ఉద్యమాన్ని అణచడానికి హింసాత్మక చర్యలకు కూడా పాల్పడ్డారు. టాడాయాక్ట్ ప్రయోగించారు. గిరిజనుల గుడిసెలు తగులబెట్టి బోథ్ తాలూకాలో అనేక మందిని చంపారు. వారి హక్కుల కోసం కూలీ పెంపు కోసం పోరాడిన కార్మికులను సస్పెండ్ చేశారు.

గిరిజన సంఘం అధ్యక్షుడు పెద్దిరాజు నేతృత్వంలో ఉద్యమం ఉగ్రరూపం దాల్చింది. అతని నాయకత్వంలో చెనుమూర్ తాలూకాలో 1984 సంవత్సరంలో ఒక సమావేశం జరిగింది. అడవిలోకి గిరిజనులను రానివ్వకుండా కాంట్రాక్టర్లకు ఆకులను దోచిపెట్టే అటవీఅధికారులపై ఈ వ్యతిరేకోద్యమం సాగింది.

ఈ సమావేశం అనంతరం వామపక్ష కార్యకలాపాలు చేసే నేతలైన రాజుతో పాటుగా కొందరిని నేషనల్ సెక్యూరిటీ యాక్ట్ క్రింద అరెస్టు చేశారు. ఆగస్టు 1983లో పోలీసు క్యాంపును ఆదిలాబాదులో ఏర్పాటుచేశారు. గిరిజనులు వారి భూముల కోసం, కూలీ పెంపు కోసం డిమాండ్ చేయగా పోలీసులు అనేకచోట్ల కాల్పులకు పాల్పడ్డారు. అనేకచోట్ల వారు కాంట్రాక్టర్లతో, భూస్వాములతో కుమ్మక్కై గిరిజనుల ఇళ్ళను వారి సరంజామాను ధ్వంసం చేసి వారిని తీవ్ర ఇక్కట్లకు గురిచేశారు. భూస్వాములు, పోలీసులు, కాంట్రాక్టర్లు కుమ్మక్కైయ్యారు. ప్రభుత్వం సి.ఆర్.పి.ఎఫ్ బలగాలను ఐదుచోట్ల దింపి అనేకమంది గిరిజనులను, ఉద్యమకారులను అరెస్టులు చేయించింది. దండేపల్లి గ్రామంలో 160 గిరిజనులను అరెస్టు చేసింది. అనేకమందిని అక్కడికక్కడ కాల్చిచంపి పోలీసు రికార్డులలో ఎన్‌కౌంటర్‌గా పేర్కొన్నది. తెలుగుదేశం ప్రభుత్వం ఈ ఉద్యమాన్ని అతికర్కశంగా అణచివేసింది. ఏ ప్రదేశాల్లో గిరిజనులను ఎన్‌కౌంటర్ చేశారో అక్కడ వెదురు చెట్లను నాటారు.

మర్రిచెన్నారెడ్డి నేతృత్వంలోని కాంగ్రెస్ ప్రభుత్వం పోలీసు అరాచకాలను అరికడతామని, బలగాలను ఎత్తివేస్తామని చెప్పి కూడా టాడా చట్టం క్రింద 7000మంది గిరిజనులను అరెస్టు చేయించింది. కేంద్ర, రాష్ట్రప్రభుత్వాలు కలిసి ఏకంగా 15000 పోలీసులను దింపి అనేకమందిని అరెస్టులు చేసి ఉద్యమాన్ని నీరుగార్చే ప్రయత్నం చేసింది.

1990 మొదలకల్లా ఉద్యమం తగ్గుముఖం పట్టింది. అయినప్పటికీ సంఘం గిరిజనుల కష్టాలను తీర్చటానికి కావలసిన పథకాలు చేస్తూనేవుంది. చివరిగా ఈ ఉద్యమం గురించి అభిప్రాయాన్ని వెలిబుచ్చాలంటే –

ఆంధ్రప్రదేశ్‌లో నక్సలైట్లు సాధించిన విజయాలను తక్కువ అంచనాలు వేయడానికి వీలులేదు. వారికున్న అత్యంత ప్రతిభగల నిర్వహణా సామర్థ్యం, అమోఘమైన ముందుచూపు, వారి వ్యూహాలకు, దాడులకు కావలసిన నేర్పు, కొండలు, చెట్లమధ్య సంచరించి ఎదురుదెబ్బ తీసే విధానం అమోఘం. ఆంధ్ర, ఒరిస్సా ప్రాంతాలలో రెక్కీలు నిర్వహించి అతి సులభంగా పోలీసు బలగాల నుండి తప్పించుకొనే విధంగా అన్ని ప్రదేశాలను వారి వశం చేసుకున్నారు. నక్సలైట్లు 500 చదరపు మైళ్ళపై విశేష పట్టుసాధించి దుర్భేధ్యమైన స్థావరాలను ఏర్పాటు చేసుకోగలిగారు. అక్కడి కాలిబాటలు, రహస్య ప్రదేశాలు వారికి మాత్రమే సులభంగా సంచరించడానికి వీలుగా వుండేవి.

ముగింపు:

ఈ విధంగా భూ అన్యాక్రాంతమైన గిరిజనుల భూముల కోసం వామపక్ష ఉద్యమం కొనసాగింది. గిరిజనేతరులు, వర్తకులు, వడ్డీ వ్యాపారస్తులు గిరిజనుల భూములను అన్యాయపు మార్గాలలో ఆక్రమించి, గిరిజనుల జీవన విధానాన్ని దెబ్బతీసి, తమ ఆధిపత్యాన్ని ప్రకటించటం వల్లనే గిరిజనులు ఉద్యమాలు చేయడానికి సిద్ధపడ్డారు.

రాజ్యాంగంలోని అంశాల ప్రకారంగా అనేక అభివృద్ధి పథకాలను అనగా ఎ.పి. షెడ్యూల్డ్ ఏరియాస్ ల్యాండ్ ట్రాన్స్‌ఫర్ రెగ్యులేషన్ 1969 మరియు 1970(1) ఏక్టులను చేసి గిరిజనుల భూములపై వారి హక్కులను వారే పొందే ఏర్పాట్లు చేశారు. దీనికి తోడు రాష్ట్ర ప్రభుత్వం అనేక రెగ్యులేషన్లు, యాక్టులు చేసి ఎస్.టి.ల ప్రయోజనాలను కాపాడనిశ్చయించింది. ఇన్ని ప్రయత్నాలు చేసినా భూ అన్యాక్రాంత విధానాలు, వడ్డీ వ్యాపారస్తుల ఆగడాలు ఆగలేదు. చట్టాలలోని లొసుగులను వీరు తమ ప్రయోజనాలకు వాడుకొని గిరిజనులను మోసపూరితంగా ఆక్రమించుకుంటూనే వున్నారు.

భూమి సర్వేలోను, సెటిల్‌మెంట్లలో, లోపాలు, నిర్దుష్టమైన భూపరిపాలనా వ్యవస్థ లేకపోవడం, ఒకదానికొకటి విరుద్ధంగా వుండే నిబంధనలను జారీచేయటం, అధికారుల దుశ్చర్యలు, రెవెన్యూ అధికారుల దుందుడుకుతనం, చట్టపరమైన ఆలస్యాలు, జటిలమైన విధానాలు – ఇవన్నీ కలసి చట్టపరంగా రావలసినవి అలసత్వానికి దారితీశాయి. దీనివల్ల మానసికమైన అగాధం గిరిజనులకు ఏర్పడింది. అటవీ సరిహద్దులను గ్రామాల వరకు పెంచివేయడం, పోడు సాగుపై ఆంక్షలు విధించటం, ప్రత్యామ్నాయాలు చూపకపోవటం వల్ల గిరిజనుల జీవనవిధానంలో గందరగోళం చోటు చేసుకోవడంతో వారు అశాంతికి లోనుకావలసి వచ్చింది.

ఖమ్మం జిల్లాలో కోయలు కూడా ఈ కారణంతోనే ఉద్యమించారు. ముత్తదార్లు (కొన్ని గ్రామాల సమాహారానికి ఆధిపత్యం వహించి చట్టపరంగా కల్లోలాలు జరగకుండా చూసి ప్రభుత్వానికి జవాబుదారీగా వుండేవారు) అన్ని రకాల దౌర్జన్యకర క్రూర పద్ధతులను అవలంబించి పేద కోయలు, కొండరెడ్లను భయభ్రాంతులకు గురిచేయటం లాంటి చట్టవ్యతిరేక కార్యకలాపాలకు పాల్పడ్డారు.

కొమరం భీమ్ నేతృత్వంలో ప్రత్యేకంగా గోండుల సేద్యపు భూములు గిరిజనేతరుల దురాక్రమణల నుండి కాపాడుకొనుటకు, అలాగే నిజాం ప్రభుత్వంచే నియమింపబడ్డ దగాకోరు అటవీ అధికారుల ఆగడాలపై ఉద్యమాలు జరిగాయి. 1940 నాటికి భూస్వాములు, వర్తకులు మొదలైనవారు వేరే చోటునుండి వలసలు వచ్చి గిరిజనుల

భూములను ఆక్రమించుకుని, సామాజిక అసమానతలను సృష్టించి వారిని నిర్వాసితులను చేశారు. గోండు నాయకుడైన భీమ్ గోండు ప్రాంతం బాబ్జేరేలోని కోలంలో గోండుల భూసమస్యలను తీర్చడానికి ఎంతో కృషి చేశాడు. అయితే ప్రత్యేకమైన దస్తావేజులు లేని కారణంగా అటవీశాఖాధికారులు వీరిని ఆయా స్థానాల నుండి ఖాళీ చేయించడానికి ప్రయత్నం చేయడంతో అది తగాదాలకు దారితీసింది. భీం దానిని పరిష్కరించడానికి ప్రత్యేకంగా హైదరాబాదు వెళ్ళి కొన్ని కీలకమైన దస్తావేజులతో తిరిగివచ్చాడు. అయితే ఈ ప్రయత్నం వల్ల గిరిజనులు వారి సాగుభూములను పొందలేకపోయారు. గోండులు వారి భూములను తిరిగి స్వాధీనం చేసుకోవడానికి జరిపిన ఉద్యమంలో పోలీసుల కాల్పులు జరగటంతో అనేకమంది ప్రాణాలు కోల్పోయారు. ఈ ఉద్యమం 1940 మధ్య వరకు సాగింది.

1946-51 మధ్యకాలంలో గిరిజనులంతా కమ్యూనిస్టుల నాయకత్వంలో సంఘటితమయ్యారు. సమస్యల పరిష్కారానికి పోరాటాలు కొనసాగించడానికి సిద్ధపడ్డారు. వీరి పోరాటం చట్టవిరుద్ధమైన బకాయి చెల్లింపులను రద్దు చేయించడానికే జరిగింది. వామపక్ష నాయకులైన కామ్రేడ్ మాచవీరయ్య, గంగవరపు శ్రీనివాసరావుల మృతి, మాచికంటి రామకృష్ణారావు అరెస్టుల కారణంగా ఈ ప్రాంతంలో ఉద్యమం పుట్టి సైనికులకు ఎదురొడ్డింది. దీంతో మిగతా కమ్యూనిస్టు నాయకులను అడవులలో నుండి బలవంతంగా తరిమివేయడం జరిగింది. దీని కారణంగా పోరాటమన్నది పాల్వంచ, తూర్పు ఇల్లెందు, మధిర తాలూకాలో మరో 200 గ్రామాల వరకు విస్తరించింది. 1949 డిసెంబరు నాటికి 20,000 వ్యవసాయ కూలీలు ఉద్యమించి వారి జీతాలను రెట్టింపు చేసుకోగలిగారు.

ఈ దళం ఖమ్మం ఇల్లందు తాలూకాల నుండి ఎక్కడైతే గిరిజనుల భూములు దురాక్రమణకు గురైనవో అక్కడి వరకు వ్యాపించింది. అటవీ అధికారులు కూడా కనీసం కట్టెలు, ఇతర నిత్యావసరాలను అడవుల నుండి తెచ్చుకోవడానికి లంచాలు అడిగేవారు. క్రొందరు రాజకీయ నాయకులు సైతం అక్కడ నియంతలై కాంట్రాక్టర్ల వద్ద లంచాలు తీసుకొని కూలీలను తక్కువ వేతనాలకు పని చేయించేవారు. ఈ కారణాల వల్ల ప్రజలను అక్షరాస్యులను చేయడానికి చాలా కష్టపడవలసి వచ్చింది. అనేకమంది కోయలు, ఇతర గిరిజనులు కలిసి కార్యరంగంలోకి దిగి ఎన్నో విజయాలు సాధించారు. ఉద్యమం మెల్లగా నల్లమల అడవులలోని చెంచులు, ఆదిలాబాద్ గోండులలోకి కూడా ప్రబలింది.

1940 నుండి 1970 వరకు ఆదిలాబాదు జిల్లాలో మాత్రం గిరిజనుల ఉద్యమం పెద్దస్థాయిలో జరిగినట్లు ఆధారాలు లేవు. కాని కమ్యూనిస్టుల నాయకత్వంలో వరంగల్లు, ఖమ్మం, కరీంనగర్ జిల్లాలలో విస్తృతంగా ఉద్యమాలు జరిగాయి. కమ్యూనిస్టులు కొన్ని

ప్రాంతాలలో భూములను తిరిగి స్వాధీనం చేసుకొని గిరిజనులకు కట్టబెట్టడంలో సఫలమయ్యారు. అయితే ఈ ఉద్యమం ఆదిలాబాదులోని మొత్తం గిరిజనులలోకి మాత్రం పాకలేదు.

స్వాతంత్ర్యానంతరం గిరిజనుల దీనస్థితి

ఇక గిరిజనుల స్థితిగతులు స్వాతంత్ర్యానంతరమెలా ఉన్నాయో చూద్దాం. అడవిపుత్రుల సంక్షేమం కోసం కేంద్ర, రాష్ట్ర ప్రభుత్వాలు ఎన్నో చట్టాలు చేశాయి. కాని వాటి పర్యవసానాలు తేటతెల్లమైనాయి. ఎన్ని చట్టాలు చేసినా వారి జీవితాలలో పరిగణించదగ్గ మార్పులు రాలేదు. చట్టంలో లొసుగుల మూలంగా భూస్వాములు వారి హక్కులను కోల్పోవలసి వచ్చింది. హైమన్‌డార్ఫ్ పరిశోధనల ఫలితంగా తెలిసిన విషయమేమనగా డెల్టా భూముల నుండి వలస వచ్చిన వారి మూలంగా గిరిజనులు తాగుడు, మత్తుమందులకు అలవాటు పడటంతో వారి భూములు కుట్రపూరితంగా ఆక్రమించుకోబడినవి. చట్టాలు, సవరణలు, నిబంధనలేవీ ఈ రకమైన దుశ్చర్యలను ఆపలేకపోయినవి. ఆ భూచట్టం 1956లో చేయడమైనది. ఆంధ్రరాష్ట్రావతరణ తర్వాత ఇది కేవలం ఏడు సంవత్సరాలు అంటే, 1963 వరకే అమలులో ఉన్నది. ఆ తర్వాత రద్దు చేయబడింది. అయితే ఈ 1963 భూచట్టంలో లొసుగులను సవరిస్తూ 1970(1) సవరణ చట్టం చేసినప్పటికి ఇది పరోక్షంగా భూస్వాములకు ఉపయోగపడ్డది.

స్వాతంత్ర్యం వచ్చి ఆరు దశాబ్దాలు దాటినా నేటికి కూడా గిరిజనులు వారి భూములను పొందలేక పోయారన్నది నగ్నసత్యం. గిరిజనేతరుల చేత తరతరాలుగా దోచుకోబడ్డారు. దీనికి తోడు పులిమీద పుట్రలాగా ప్రపంచీకరణ కూడా వారి దయనీయస్థితికి కారణమైంది.

ఇన్ని నగ్నసత్యాలు చూసిన తర్వాతైనా కేంద్ర, రాష్ట్ర ప్రభుత్వాలు కళ్ళు తెరచి వారు ఏర్పరచిన చట్టాలు, సవరణ, నిబంధనలు గిరిజనులకు మేలు చేయటం లేదని గమనించాలి. తద్వారా గిరిజనులకు న్యాయం చేకూర్చే అవకాశమున్నది. గిరిజన ప్రజలు వారి నిత్యావసరాలను తీర్చుకోలేని స్థితి అలాగే గిరిజన పడుచులు మార్కెట్ వస్తువులుగా అమ్ముడుపోతున్నారు. వేలకొద్ది గిరిజన ప్రజలు మలేరియా, డయేరియా, ఎయిడ్స్, మొదలైన జబ్బులతో బాధపడుతున్నారు. ఇలాంటి అమాయక ప్రజలు వారి హక్కులను తెలుసుకొని వారి మనుగడ కోసం ఉద్యమించవలసిన అవసరం ఎంతైనా ఉంది.

గిరిజన ప్రాంతాలపై జరిగిన పరిశోధనలు - మార్గదర్శకాలు

ఆంధ్రప్రదేశ్‌లో గిరిజనుల తిరుగుబాట్లు వలసరాజ్యపూర్వకాలం నుండి సాగుతూనే వున్నాయి. గతంలో గిరిజనులకు పోలీసులకు మధ్య జరిగిన తీవ్ర ఉద్రిక్తల నేపథ్యంలో గిరిజనోద్యమం రాజకీయంగా ఎంతో ప్రాముఖ్యతను సంతరించుకుంది. ముఖ్యంగా శ్రీకాకుళం, ఆదిలాబాదు, ఖమ్మం జిల్లాలలో ఈ ఉద్యమాలు జరిగాయి. బ్రిటీష్ వలస కాలం నుంచి ఎన్నో తిరుగుబాట్లు జరుగుతున్నప్పటికీ, ఈ ఉద్యమం మాత్రం ఒక నిర్ధుష్టమైన, ప్రణాళికతో నడుస్తూ పెద్ద ఎత్తున గిరిజనులను ప్రభావింతం చేసింది. ఈ ఉద్యమానికి దారితీసిన మౌలిక కారణాలు, ఉద్యమం కోసం పన్నిన వ్యూహాలు, ఉద్యమం సాగిన తీరుతెన్నుల గూర్చి వివరించడం జరిగింది.

ప్రస్తుతం మనకు లభిస్తున్న ఉద్యమ వాఙ్మయమంతా గిరిజనుల ఉద్యమాన్ని నక్సలైట్ల ఉద్యమంగానో, రైతుల ఉద్యమంగానో మార్చి చూపుతున్నదే. ఈ రకమైన విశ్లేషణల వల్ల ఉద్యమంలోని ఆంతర్యాన్ని సమగ్రంగా, నిష్పాక్షికంగా తెలియజెప్పడంలో సఫలం కాలేదు. స్వాతంత్ర్యం వచ్చినప్పటి నుండి ప్రభుత్వం చేపట్టిన ప్రణాళికలన్నీ గిరిజనులను సాంఘిక, ఆర్థిక పతనంతో పాటుగా వెనుకబాటుతనం, భూకబ్జాలు, దోపిడీలు తీవ్ర దారిద్ర్యానికి దారితీసినాయి. వామపక్షాల ప్రోత్సాహంతో సాగిన ఉద్యమాలు ఎంతో అవసరమైనవే అయినప్పటికీ, సామాజిక, రాజకీయ రంగాలలో విజయవంతం కాలేకపోయింది. రంగారావుగారు గుర్తించి చెప్పిన ప్రకారం “భూసంబంధిత విషయాలలో ఈ రకమైన పరిణామం ఎన్నో మార్పులను తెచ్చిపెట్టినది”.

ఆంధ్రదేశంలోను, భారతదేశంలోని గిరిజనుల ఉద్యమ సమస్యలపై ఎంతో సాహిత్యం లభిస్తున్నది. వాటిలో కొన్నిమాత్రమే ఆదిలాబాదు, ఖమ్మం జిల్లాలపై దృష్టి సారించాయి. వాన్‌ఫూరల్, హైమన్‌డార్ఫ్‌లు రాసిన పుస్తకంలో, కోయలు, లంబాడిలు, చెంచులు, గోండుల

సంస్కృతీ, జీవనవిధానం, ఆర్థిక స్థితిగతులపై, గిరిజనులకు జరిగిన అన్యాయం, వారిని అణగదొక్కిన తీరు, గిరిజనేతరులు వారి భూముల దురాక్రమణ తదితర అంశాల గురించి విశ్లేషాత్మకంగా వివరించారు.

వరంగల్లులోని గిరిజనులకు సంబంధించిన మూడుపల్లెలలో భూకబ్జాదారులు, పెత్తందార్లు ఏ విధంగా గిరిజనుల భూములను లాక్కున్నది, దానిని ప్రభుత్వం గ్రహించలేని తీరును జనార్ధనరావు తెలియజేశారు. అలాగే గిరిజనులు దారిద్ర్యంతోను, వెనుకబాటుతనంలోను వుండిపోవడానికి రాజకీయపరంగా జరిగిన దోపిడీని తెలియజేశారు. గిరిజనులకు వంశపారంపర్యంగా వచ్చిన భూములేవిధంగా ఆక్రమణకు గురయ్యాయో, వారు ఎలా నిర్వాసితులైనారో తెలియజేసే పుస్తకాలే ఎక్కువగా రచించబడ్డాయి.

ఇతర రచనలన్నీ కూడా వలసకాలం నుండి జరిగిన గిరిజనోద్యమాలపై దృష్టి కేంద్రీకరించినవి. కొందరు ఎ.ఆర్. దేశాయ్ లాంటివారు గిరిజనోద్యమాలు రైతుల ఉద్యమంలో భాగం కావటం గురించి రచించడం జరిగింది. రాఘవయ్యగారు ఏకంగా 80 ఉద్యమాలను గుర్తించి, వాటిలో తూర్పుగోదావరిలో 1878-1947 కాలంలో జరిగిన రంప ఉద్యమాన్ని గురించి వివరించారు. స్వాతంత్ర్యకాలం నుండి సాయుధ బలగాల చొరబాట్లను వక్కాణించి చెప్పారు. నక్సల్బరి మరియు శ్రీకాకుళంలో జరిగిన ఉద్యమాలు, ఆదిలాబాదులో 1970 దశకంలో జరిగిన గిరిజన ఉద్యమాలను ప్రభావితం చేశాయి. స్వాతంత్ర్యానంతరం వచ్చిన గిరిజనోద్యమాలన్నీ కూడా గిరిజనేతర భూ కబ్జాదారులకు, వారి దౌర్జన్యాలకు, అప్పటి ప్రభుత్వ అలసత్వానికి వ్యతిరేకంగా జరిగినవి. రజాకార్లపైన, గిరిజనేతరులపైన సాగిన కోయల ఉద్యమం గూర్చి ప్రత్యేకంగా సి.సుందరంగారు తెలియజేశారు. ఆంత్రోపొలాజికల్ సర్వే ఆఫ్ ఇండియా వారు 1976 దశకానికి 36 గిరిజన ఉద్యమాలను గుర్తించడం జరిగింది. ఆర్.ఎస్.సింగ్ పేర్కొన్న విధంగా ఈ ఉద్యమాలన్నీ లౌకికవాద దృష్టితో సాగినవేగాని, నాయకుల స్వార్థం కోసం చేసినవి కావు. ఆయన భూకబ్జాలు, గిరిజనుల భూములపై వారు పట్టును కోల్పోవుట అనే రెండు మౌలిక కారణాంశాలను గుర్తించారు. గోండులు ఆదిలాబాదులో వారి భూమి హక్కులపై ఉద్యమాలను 1970లో చేసినట్లు వారు పేర్కొన్నారు.

ఆంత్రొపాలజీ సొసైటీ ఆఫ్ బాంబే, ది గుజరాత్ రీసెర్చ్ సొసైటీ, భారతీయ ఆదిమజాతి సేవక సంఘం, న్యూఢిల్లీ, ట్రైబల్ కల్చరల్ రీసెర్చ్ ట్రైనింగ్ ఇనిస్టిట్యూట్ హైదరాబాదు, ఈ సంస్థలన్నీ సామాజిక రాజకీయ సంక్షోభానికి దారితీసిన కారణాలను కనుగొన్నాయి.

ఆర్.ఎన్.త్రిపాఠి ఎన్.ఇ.ఎఫ్.ఎ.కు సంబంధించిన గిరిజన వ్యవసాయ సంబంధిత కష్టాలను తెలియజేయడమే గాక ఆయా ప్రదేశాలలో షిఫ్టింగ్ కల్టివేషన్ గురించి పేర్కొనడం జరిగింది. అయితే ఈ పరిశోధన వ్యవసాయ సంబంధిత కష్టనష్టాలను ప్రభావవంతంగా చెప్పడంలో విఫలమవ్వడమే గాక సమన్వయాన్ని సాధించలేకపోయింది.

దాస్‌గుప్తగారు 1970 నక్సలైట్ ఉద్యమం గూర్చి సమగ్రమైన విశ్లేషణ చేసి సామాజిక ఆర్థిక లక్ష్యాలను సమర్ధవంతంగా విశ్లేషించారు. నక్సల్‌బరీలోని సుతల్ తెగలవారు, శ్రీకాకుళంకు సంబంధించిన సవరలు సామాజిక, ఆర్థిక స్థితిగతులే వారిని ఉద్యమాలకు పురిగొల్పినదని ఆయన పేర్కొన్నారు. ఈ పరిశోధన కూడా గిరిజనులు, గిరిజనేతరుల మధ్యనున్న విభేదాలను గూర్చి తెలియజేసింది.

సేతుమాధవరావుగారు వారి పరిశోధనలో ఆదిలాబాదు గోండులేవిధంగా వారి సాగుభూముల నుండి నిర్వాసితులుగా చేయబడ్డది తెలియజేశారు. గిరిజనుల భూములలో దశలవారీగా ఏ విధమైన మార్పులు సంతరించుకున్నవి, గిరిజనుల నుండి, చీఫ్‌టైన్ పద్ధతి, దాని నుండి మెకాసదార్, ఆ తర్వాత దేశముఖ్ వరకు గోండుల పతనావస్థల గూర్చి పేర్కొన్నారు. బి.డి.శర్మ తన రచనలో గిరిజనుల అభివృద్ధిని గూర్చి అనేక అంశాలను పరిగణనలోకి తీసుకుని వివరించారు. తన పరిపాలనా సంబంధితమైన మరియు విద్యాసంబంధిత అనుభవాలతో గిరిజనుల కష్టనష్టాలను అధ్యయనం చేయగలిగారు.

రామయ్య గారు చేసిన పరిశోధనా గ్రంథం 'ట్రైబల్స్ ఎకానమీ ఆఫ్ తెలంగాణ'లో ప్రత్యేకంగా వరంగల్లు కోయల గూర్చి వివరించారు. వారి జీవన సరళి, ఆర్థిక స్థితిగతులు, భూసంబంధిత లావాదేవీలు విశ్లేషణాపూర్వకంగా పేర్కొనడం జరిగింది. అయితే ఆదిలాబాదు, ఖమ్మం జిల్లాల గిరిజనుల గురించిన పరిశోధనా గ్రంథాలు ఎక్కువగా రాలేదు. ప్రస్తుత పరిశోధనాంశం ఆ లోటును కొంత భర్తీ చేయగలుగుతుంది. అయితే స్వాతంత్ర్యానికి ముందు ఉన్న అభివృద్ధి, తద్వారా గిరిజనుల భూనిర్వాసిత విధానాలకు దారితీసిన కారణాలు, అలాగే గిరిజనుల ఉద్యమాల మధ్యవున్న సంబంధాన్ని తెలియజేసే సాహిత్యం చాలా తక్కువనే చెప్పాలి.

భూ ఆక్రమణ తీరుతెన్నులు :

గిరిజనుల భూకబ్జాలు, వారిపై దౌర్జన్య చర్యల గురించి పరిశోధకులు చర్చించలేదనే చెప్పాలి. గిరిజనుల సమస్యలు కేవలం విధాయకమైన లేదా చట్టపరమైనవి కావు. అవి సామాజిక, ఆర్థిక పతనావస్థ నుంచి ఉద్భవించిన సమస్యలే. గిరిజనుల భూముల దురాక్రమణను శాస్త్రీయమైన పద్ధతిలో అర్థం చేసుకోవాలిగాని సాదాసీదాగా తలచడానికి

లేదు. ఇది భూఅన్యాక్రాంత, కబ్జాల దృష్టిలో సూక్ష్మంగా పరిశీలించవలసిన అవసరమున్నది. సత్యదేవ గారు చెప్పినట్లుగా గిరిజనుల భూమి అన్యాక్రాంతం కావటం, వారిపై దౌర్జన్యాలు కొనసాగటం లాంటి అంశాలను సమగ్రంగా అర్థం చేసుకోవాలి. భూ ఆక్రమణలు గిరిజనులను బానిసలుగా మార్చివేశాయి.

భూఅన్యాక్రాంత పద్ధతినిక్కడ రెండు విధాలుగా చూపడం జరిగింది. మొదటిభాగంలో భూఅన్యాక్రాంత పద్ధతులను తెలియజేయగా రెండవది ఇందులోని రకాలు వాటి పర్యవసానాలను వివరిస్తుంది. భూమి, భూమిని వశం చేసుకోవడం, వశం చేసుకోవటం ద్వారా మానవసంబంధాలలో సంభవించిన మార్పులు క్లిష్ట సమస్యగా తయారైంది. ఇది గిరిజనుల సామాజిక, ఆర్థిక స్థితిగతులతో ముడిపడి వున్నది. భారతదేశంలో భూమి మీదనే ఆధారపడి జీవించే రైతుల జీవనసరళిలో భూమి ముఖ్యమైన పాత్రను వహిస్తుంది. అయితే ఆర్థిక లావాదేవీలు, ప్రభుత్వేతర భూకామందులు ఆర్థికంగా బలవంతులైన వారు కావడం చేత భూములు కొంతమంది మాత్రమే నిలుపుకోగలరన్నది నిజం. దీనివల్ల గిరిజనులు కృత్రిమంగా నిర్వాసితులవుతున్నారు. ఉత్పత్తి యొక్క స్థాయి, దానిపై ఆధిపత్యం, వాటిని వినియోగం, అమ్మకం చేసే విధానాలుపై సామాజిక అంశాలు ఆధారపడి వుంటాయి. ఇదే సామాజిక స్థితిగతులను నిర్ణయిస్తుంది. భూమిపై ప్రత్యేక దృష్టి కేంద్రీకరించి కొంతమంది స్వార్థంతో భూమిని వారి చేతుల్లోనికి తెచ్చుకొనుటవల్ల మానవసంబంధాలు దెబ్బతిని, అసమానతలు చెలరేగి భూతగాదాలు ఏర్పడి చివరికి వ్యత్యాసాలకు దారితీస్తాయి. ఈ రకమైన ధోరణులే మన భారతదేశంలో వున్నాయి.

వలసకాలం నుండి కొనసాగుతున్న ఇలాంటి భూసంబంధమైన మార్పులు భారతదేశంలోని అటవీ ప్రాంతాలపై విశేష ప్రభావాన్ని చూపుతున్నాయి. ఈ భూదురాక్రమణలు చివరికి గిరిజనులు వారి సారవంతమైన భూములు వదిలిపెట్టి అడవులలోనికి వలస వెళ్ళేలా చేశాయి. ఇది వారి జీవితాలలో ఊహించలేని పెనుమార్పును తెచ్చిపెట్టాయి. నీటిపారుదల సౌకర్యాలు, రైల్వే మరియు రవాణా సదుపాయాలు, భూమి అమ్మకం, కొనుగోలు, జమీందారీ, రైతువారీ విధానాలు మొదలైన వాటికి దారితీశాయి. స్వాతంత్ర్యానికి పూర్వం జరిగిన ఈ రకమైన మార్పులు స్వాతంత్ర్యానంతరం రైతులు కటికదరిద్రులుగా తయారయ్యేట్లు చేశాయి. చివరకు అనేకరకాలైన భూసంబంధిత చట్టాలు, సంస్కరణలను తెచ్చిపెట్టాయి. వివిధ అభివృద్ధి సంస్థలు ఈ కాలంలోనే క్రెడిట్ నెట్‌వర్కులు, చిన్న, సన్నకారు రైతుసంఘాల అభివృద్ధి ఏజన్సీల పేరిట రుణదాతలను తగ్గించడానికి పుట్టుకువచ్చాయి. భూఅన్యాక్రాంత విషయాన్ని పరిశీలించేటప్పుడు ఈ అంశాలన్నీ కూడా పరిగణనలోనికి తీసుకోవలసి ఉన్నది.

ఈ భూకబ్జాలన్నవి ఇప్పటిమాటకాదు, గిరిజనుల భూములను అన్యాయంగా ఆక్రమించుకుని వారిని అనేక విధాలుగా దోచుకుని అడవులపై ఆధిపత్యం చెలాయించడానికి ఏనాటి నుండో జరుగుతున్నాయి. గిరిజనులకు వారి భూములపై ప్రేమ వుండటం సహజం. భూమి కోసమే వారు పోరాటాలు చేసి చివరికి చంపబడ్డారు. 17 మరియు 18 శతాబ్దాలలో మరికొందరు కబ్జాదారులు వచ్చి గిరిజనులను దౌర్జన్యంగా వారి భూములు ఒప్పచెప్పేటట్లు చేయడమో లేక భూనిర్వాసితులుగా చేయడమో జరిగింది.

గిరిజనుల ఆధీనంలో వున్న భూముల గణాంకాలు లేకపోవడం వల్ల భూముల సమగ్ర వివరాలను తెలుసుకోవడం చాలా కష్టం. దీన్ని 'నేషనల్ కమిషన్ ఆఫ్ బ్యాక్‌వార్డ్ ఏరియాస్' సంస్థ ఒప్పుకుంది. 1961 సెన్సెస్ రిపోర్టుప్రకారం 34.5% జనాభాలో 29% షెడ్యూల్డు గిరిజనులు 2.4ఎకరాల భూములు కల్గినవారుకాగా, ఎస్.టి.లు 2.5 నుంచి 4.9 ఎకరాలు కల్గినవారు. 25.6% కాగా 10 ఎకరాలు అంతకంటే ఎక్కువ ఉన్నవారు 20.8% వున్నారు.

దీనిని బట్టి అనేక మంది గిరిజనులు తక్కువ భూములు కలిగివున్నారని తెలుస్తున్నది. క్రమంగా ఎస్.టి.ల భూములు తగ్గిపోతున్నట్టు డేటా చూపుతున్నది.

గణాంకాల ప్రకారం 84.18 లక్షల వ్యవసాయదారులు, 48.32 లక్షల వ్యవసాయ కూలీలు వున్నట్లు తెలిసింది.

కొన్ని ప్రాంతాలలో గిరిజనులకు ఎక్కువ భూమి ఉన్నట్లు కనుగొగా మరికొన్ని చోట్ల భూమి లేకపోవడం, అనేక రకాల ప్రజలు కలిసిపోవడం, అభివృద్ధి, రవాణాసౌకర్యాల వల్ల పరిస్థితి దిగజారిపోయింది. కొన్నిచోట్ల అసలు ఏమి భూమిలేక నిర్వాసితులైన గిరిజనులు 5% నుండి 10%గా ఉండటం గమనించడమైనది.

గిరిజనేతరులు వలసలు వచ్చి, గిరిజన ప్రాంతాలను ఆక్రమించుకోవడమే గిరిజనులకు భూమి తగ్గిపోవడానికి కారణం. ఇది 1960ల్లో కంటే 1980ల్లో అధికంగా ప్రబలింది. 1960 దశకంలో భూకబ్జాలు ముఖ్యంగా పరిశ్రమల అభివృద్ధి పేరుతో జరిగాయి. దీనివల్ల రైతులు దరిద్రులు కావడానికి, గిరిజనులు ప్రత్యామ్నాయ మార్గాలు వెతుక్కోవడానికి దారితీశాయి. ఈ పరిస్థితులు గిరిజనులు పెద్ద ఎత్తున భూమిపై హక్కులు కోల్పోయే స్థితికి తెచ్చాయి.

ఈ పరిశోధన మార్గదర్శకాలు :

గిరిజనుల భూ సమస్యలు, తిరుగుబాట్ల గురించి పరిశోధించడానికి మార్గదర్శకాలు ఇవి:

(1) ఈ పరిశోధనకు ఎంపిక చేసిన తాలూకాల్లో గిరిజనుల జనాభా అధికంగా వుండాలి.

(2) అవి షెడ్యూల్డ్ ఏరియాలోనివై వుండాలి.

(3) ఆ తాలూకాల్లోని గిరిజనేతరులు పరిమితంగా వుండి, ఆ గ్రామంలో 50% కంటే భూమిని పొందినవారై వుండాలి.

(4) భూవివాదాలు తీవ్రంగా వుండి, చట్టవిరుద్ధంగా ప్రభుత్వం నుండి వచ్చిన భూమి అయి వుండాలి.

(5) గిరిజనుల ఉద్యమాలు తీవ్రంగా జరిగిన ప్రాంతాలై వుండాలి.

(6) పరిశోధించివలసిన గ్రామాలలో పరిశోధకునికి గిరిజనులతో అనుసంధానముండాలి.

ఈ నియమాలను దృష్టిలో పెట్టుకొని భద్రాచలం, అశ్వారావుపేట, ఉట్నూరు, లక్సెట్టిపేటలను ఈ పరిశోధనకు ఎంపిక చేసుకోవడం జరిగింది.

డేటా సేకరణకై వివిధ ప్రశ్నావళిని తయారుచేసి గిరిజనులకు గిరిజనేతరులకు ఇవ్వడమైనది. ఈ ప్రశ్నావళి ప్రత్యేకంగా భూకబ్జాలు, గిరిజనుల ఉద్యమాలపై అభిప్రాయ సేకరణకోసం రూపొందించటం జరిగింది. ఇంటర్వ్యూలు నిర్వహించడం, చర్చలు చేయడం జరిగింది. అధికారులైన పటేళ్లు, టీచర్లు, రెవెన్యూ సిబ్బందిని ఇంటర్వ్యూలు చేయడం, అలాగే గ్రామపెద్దలతోను లేదా గిరిజన పెద్దలతోను సమావేశాలు ఏర్పాటుచేయడమైనది.

ఇక సెంకడరీ డేటాను షెడ్యూల్డ్ కాస్ట్ మరియు ట్రైబల్ కమీషనర్ రిపోర్టులు, వివిధ ప్రభుత్వశాఖలు, రాజకీయపార్టీల నుండి సేకరించిన రిపోర్టులు, దినపత్రికలు, ప్రమాణిక గ్రంథాలు మరియు పత్రికల నుండి గ్రహించబడినది.

అలాగే పరిశోధకుడు ప్రత్యేకంగా జవహర్‌లాల్ నెహ్రూ యూనివర్శిటీ, తీన్‌మూర్తి నెహ్రూ మెమోరియల్ లైబ్రరీ మరియు ఐ.ఐ.పి.ఎ., న్యూఢిల్లీ, ఉస్మానియా లైబ్రరీ, సుందరయ్య గ్రంథాలయ సంస్థ, ట్రైబల్ రీసెర్చ్ అండ్ కల్చరల్ సెంటర్ హైదరాబాదు నుండి సమాచారం సేకరించడం జరిగింది. ఈ పరిశోధన నాలుగు మండలాలకే పరిమితమైనప్పటికీ గిరిజనుల సామాజిక దృక్పథాలను చారిత్రక కోణంనుండి విశ్లేషించి ప్రస్తుత సామాజిక పరిస్థితులకు అనుసంధానం చేయడమైనది.

తెలంగాణలో గిరిజనుల సామాజిక, ఆర్థిక స్థితిగతులు

తెలంగాణాలోని ఆదిలాబాదు, ఖమ్మం గిరిజనుల సామాజిక ఆర్థిక స్థితిగతులను గురించి తెలుసుకుందాం. ఈ జిల్లాలలోని నాల్గు తాలూకాలలో భూకబ్జా ఏ విధంగా జరిగిందో ఒక లోతైన అధ్యయనం చేయడమైనది.

స్వాతంత్ర్యానంతరం ఎన్నో అభివృద్ధి కార్యక్రమాలను, రక్షణ చర్యలను కేంద్ర, రాష్ట్ర ప్రభుత్వాలు గిరిజన ప్రజల కోసం చేపట్టింది. అయినప్పటికీ అధికశాతం గిరిజనులేవిధంగా వారి హక్కులను పోగొట్టుకున్నది, నాశనమైపోయినది పరిశీలిద్దాము. దోపిడీని పసిగట్టలేని అమాయకత్వం, వెనుకబాటుతనమన్నవి గిరిజనుల తెగలలో వుండటం వల్ల సామాజిక అసమానతలకు దారితీసింది. వైవిధ్యభరితమైన సంస్కృతి, జీవనవిధానం కలిగిన ఈ ప్రాంత గిరిజనులు దోపిడీకి గురికావటం ఇతర ప్రాంతాల గిరిజనులతో పోలిస్తే విభిన్నంగా వుంది.

భారతదేశంలో ఆంధ్రప్రదేశ్ నాల్గవ పెద్దరాష్ట్రంగా - 1,06,286 చదరపు మైళ్ళు విస్తరించి వున్నది. ఇందులో గిరిజన ఏజన్సీ ప్రాంతం సుమారుగా 29.683 చదరపు కిలోమీటర్లుగా వున్నది. ఇందులో ఖమ్మం జిల్లాలో అధికంగా గిరిజన ప్రజలున్నారు. ఈ జిల్లా $16^{0}45$ మరియు $18^{0}35$ ఉత్తర అక్షాంశ మరియు $79^{0}47^{1}$ మరియు $80^{0}47$ తూర్పు రేఖాంశంపై వున్నది. ఈ జిల్లాకు ఉత్తరాన చత్తీస్‌ఘడ్, ఒరిస్సా రాష్ట్రాలు, దక్షిణాన కృష్ణాజిల్లా, తూర్పున, తూర్పు గోదావరి, పశ్చిమ గోదావరి, పడమరాన నల్గొండ, వరంగల్లు జిల్లాలు సరిహద్దులుగా వున్నవి. 1991 జనాభా లెక్కల ప్రకారంగా ఈ జిల్లా 16,027 చదరపు కిలోమీటర్లు వ్యాపించి 221,5809 మంది జనాభా కల్గి అందులో గిరిజనులు 5,58,958 మంది వున్నారు.

ఈ జిల్లాలో 12 తాలూకాలున్నాయి. అవి (1) నాగూర్ (2) భద్రాచలం (3)భూర్గుంపహాడ్ (4) మంగూరు (5) సుడిమల (6) ఇల్లందు (7) కొత్తగూడెం (8)అశ్వారావుపేట (9) సత్తుపల్లి (10) మధిర (11) ఖమ్మం (12) తిరుమలపాలెం.

గోదావరి, శబరి, కిన్నెరసాని, మున్నూరు, పాలెం, అఖేర్ ఈ జిల్లా నుండి ప్రవహించే ముఖ్యమైన నదులు కాగా వైరా నల్లరేగడి, ఇసుక నేలలు, పంటకనువైన భూములు.

ప్రమాణాలకు తోడు ఈ జిల్లా 48.7 శాతం అటవీ భూములతో విస్తరించి వున్నది. ఇదిగాక టేకుచెట్ల పెంపకం మరియు ఇల్లందులో అటవీ శాఖ పాఠశాల – ఈ పాఠశాలలో అటవీ గార్డులకు ట్రైనింగిస్తారు. కలప, వంటచెరకు, వెదురు చెట్లు ముఖ్యమైన వాణిజ్యాధారము. స్వయంప్రతిపత్తి కలిగిన సింగరేణి, భద్రాచలం పేపరు మిల్లు, ఫెర్రో ఎల్లాయిస్ లాంటి పరిశ్రమలు ఈ జిల్లాలో వున్నాయి. ఇక్కడ ఎక్కువగా పొగాకు పండుతుంది. బీడీ ఆకులకిది ముఖ్యకేంద్రము. తక్కువ ధరకి గిరిజనులు తమ ఉత్పత్తులను కో–ఆపరేటివ్ కార్పొరేషన్‌కు అమ్ముకుంటున్నారు. అటవీ సరుకులు గత పది సంవత్సరాలుగా ఏ విధంగా పెరిగినది క్రింద పట్టిక ద్వారా తెలుస్తున్నది.

పట్టిక - 1

సంఖ్య	కార్యక్రమం	ఉత్పత్తులు	
		1970-79	**1979-80**
1.	టింబర్ ఉత్పత్తి	4,365 సియుఎమ్ఎస్	27,412 సియుఎమ్ఎస్
2.	వంటచెరుకు	31,685 సియుఎమ్ఎస్	1,69,948 సియుఎమ్ఎస్
3.	వెదురు ఉత్పత్తి	50 టన్నులు	8,284 టన్నులు
4.	భద్రాచలం పేపర్‌బోర్డు వారి వెదురు ఉత్పత్తి	--	14,938 టన్నులు
5.	బీడీ ఆకుల ఉత్పత్తి	72,075 సంచులు	4,83,605 సంచులు
6.	అటవీ ఉత్పత్తుల నుండి అమ్మకం నుండి వచ్చిన రెవెన్యూ	రూ. 70,86,374/-	రూ. 3,04,00,990/-
7.	టేకు చెట్ల పెంపకం	8,711 హెక్టార్లు	14,884 హెక్టార్లు
8.	వెదురు చెట్ల పెంపకం	2,354 హెక్టార్లు	5,5,86 హెక్టార్లు
9.	యూకలిప్టస్ ప్లాంటేషన్స్	8,77 హెక్టార్లు	1,875 హెక్టార్లు
10.	ఇండస్ట్రియల్ ప్లాంటేషన్ (ఎ.పి. ఫారెస్టు డెవలప్‌మెంట్)	లభ్యం లేదు	14,140 హెక్టార్లుం

ఖనిజాలు - గనులు

ఖమ్మం జిల్లా సహజంగా సంపన్న జిల్లా. ఇక్కడ ఖనిజ సంపద పుష్కలంగా లభిస్తుంది. కొత్తగూడెంలోని బొగ్గుగనులు, అలాగే భూర్గుంపహాడ్ బొగ్గుగనులు జాతీయంగా పేరెన్నికగన్నవి. బొగ్గుతోపాటుగా ఇనుపగనులు, గ్రాఫైట్, మైకా, లైమ్‌స్టోన్, కాల్సైట్ పాలరాయి గనులకు ప్రసిద్ధమైన జిల్లా.

పట్టిక-2

బస్తీలలో షెడ్యూల్డ్ ట్రైబ్‌ల జనాభా (1991 సెన్సెక్స్ ప్రకారం)

బస్తీ	మొత్తం జనాభా	ఎస్.టి.జనాభా మొత్తంగా	మొత్తం జనాభాలో ఎస్.టి.జనాభలెక్క
భద్రాచలం	21,354	892	4.18
ఖమ్మం	98,757	2,879	2.92
కొత్తగూడెం	94,894	5,207	5.49
మధిర	11,404	277	2.43
మోతుగూడెం	4,569	374	8.19
పాల్వంచ	39,116	5,709	14.60
ఎల్లందు	27,292	1,487	5.45

ఆధారం: ఎ.పి.జిల్లా గజిటీర్, ఖమ్మం జిల్లా 1991, వాల్యూమ్-2

పట్టిక-3

గ్రామాలలో మొత్తం జనాభాలో షెడ్యూల్డ్ ట్రైబుల జనాభా శాతం

మొత్తం జనాభాలో షెడ్యూల్డ్ ట్రైబ్స్ జనాభా	ప్రతిదానిలో వున్న శాతం	జిల్లాలో గ్రామాల శాతం
ఏమిలేదు	109	9.72
5 లేక తక్కువ	179	16.76
6-15	86	7.81
16-25	84	7.63
26-35	64	5.81
36-50	75	6.81
51 అంతకంటే ఎక్కువ	506	45.96

ఆదిలాబాదు

ఆంధ్రప్రదేశ్‌లో ఆదిలాబాదు రెండవ పెద్ద జిల్లాగా ఉండి ఒక పులి కొండమీద కూర్చొని వెనకు తిరిగి బస్తర్ ప్రాంతాన్ని చూస్తున్నట్లుంటుంది. సగంకంటే తక్కువ ప్రదేశాన్ని అడవి విస్తరించి వున్నది. ఈ జిల్లాకి దక్షిణాన, ఉత్తరాన కరీంనగర్, నిజామాబాదు జిల్లాలు. తూర్పు, పడమర సరిహద్దులలో చంద, నాందేడ్ జిల్లాలు వున్నవి. జిల్లా గజెటీర్ ప్రకారం పెనుగంగ నది ఉత్తరాన, వర్ధ ఈశాన్యమున, ప్రాణహిత తూర్పువైపున మరియు దక్షిణాన గోదావరి నది వున్నవి. ఆదిలాబాదు జిల్లాలోను చుట్టుప్రక్కల గోదావరీ నది యొక్క అనేక ఉపనదులున్నాయి. ఈ నది గిరిజనుల జీవన విధానంపై విశేష ప్రభావం చూపుతున్నది. నల్లరేగడి భూములు మరియు ఇసుకతిన్నెలు ఇక్కడ పంటభూములు. 1991 జనాభా లెక్కల ప్రకారంగా ఇక్కడ 3లక్షల 49వేలు-జనాభ మరియు మొత్తం 1609 గ్రామాలలో 409 షెడ్యూల్డ్ గ్రామాలున్నవి.

నాల్గవ పట్టిక ప్రత్యేకంగా స్వాతంత్ర్యానంతరము ఆంధ్రదేశంలోని ఎస్.టి. జనాభా శాతాన్ని తెలియజేస్తున్నది.

పట్టిక-4

గిరిజన జనాభా లెక్కలు

సం.	మొత్తం జనాభా	శాతం -	గిరిజనులు జనాభా	-	శాతంమొత్తంలో గిరిజన జనాభా
1951	312.60	-	17.70	-	2.46
1861	359.83	15.15	13.24	71.45	3.70
1971	435.03	20.90	16.58	25.23	3.80
1881	535.50	23.60	31.76	91.51	5.90

పట్టిక-5

దశాబ్దాల మధ్య అంతరం - 1921-1991

రాష్ట్ర/జిల్లాలు	1921-31	1931-41	1941-51	1951-61	1961-71	1971-81	1981-91
ఆంధ్ర	+12.99	+12.75	+14.02	+15.65	+10.90	+23.10	+23.10
ఆదిలాబాద్	+15.31	+ 8.12	+ 9.95	+21.35	+27.65	+27.22	+26.00
ఖమ్మం	+72.14	-	-	-	+12.17	+14.72	+22.00

పై 5వ పట్టిక దశాబ్దాల మధ్య జనాభాలో అంతరాన్ని తెలియజేస్తున్నది. ఈ పట్టికను బట్టి ఆదిలాబాదు, ఖమ్మం జిల్లాలలో జనాభా అతి వేగంగా పెరుగుట గమనింపదగినది.

దీనికి ప్రత్యేకమైన కారణమేమనగా గిరిజన, గిరిజనేతరులు తక్కిన పక్క ప్రాంతాల నుండి వలసలు వచ్చి చేరుటమే. పై పట్టిక ఆదిలాబాదు, ఖమ్మం జిల్లాల వివిధ తాలూకాలను తెలియజేస్తుంది. 11 తాలూకాలలోని 6 తాలూకాలు షెడ్యూల్డ్ ట్రైబులుకు సంబంధించినవి. ఇదివరకు ఆంధ్రదేశ జనాభా లెక్కలను బట్టి స్వాతంత్ర్యానికి ముందు ఇంతకంటే అధికశాతం గిరిజన ప్రజల నిష్పత్తి ఉండేది. రవాణా వ్యవస్థ, సామాజిక సౌఖ్యాలలో గణనీయమైన పెరుగుదల వల్ల గిరిజనేతరుల వలసలకు దారితీసింది. ఇదే చివరకు భూఆక్రమణలకు, అటవీ తరుగుదలకు సామాజిక అసమానతలకు దారితీసింది.

పట్టిక-6

ఆదిలాబాదులోని సామాన్య జనాభాతో గిరిజనుల నిష్పత్తి

సం.	తాలూక పేరు	సాధారణ సభ	షెడ్యూల్డ్ ట్రైబ్
1.	ఆదిలాబాద్	999	1030
2.	ఉట్నూరు	975	998
3.	వంకాడి	964	964
4.	అసిఫాబాదు	953	961
5.	సిర్‌పుర్	970	969
6.	చిన్నూరు	968	955
7.	లక్షెట్టిపేట	944	947
8.	బోయట్స్	1022	1029
9.	ఖానాపూర్	985	942
10.	నిర్మల్	1022	1000
11.	ముదోక్	1004	947

ఆధారం: ఆంధ్రప్రదేశ్ సన్‌సెస్ - సీరీస్-2

ఆసిఫాబాదు, తాండూరు, కనర మరియు ఉత్తర గోదావరీ భూములలో పుష్కలంగా బొగ్గు లభ్యమయ్యేచోటు, వీటిలో తాండూరు, కనరా, ఉత్తర గోదావరి అభివృద్ధి చెందినవి. తాండూరు గనులు, సెంట్రల్ రైల్వే కాజీపేట బల్లార్షా లైన్ మీద ఉన్నాయి. ఇవి సుమారుగా 100 మైళ్లదూరం 1000 అడుగుల లోతు మరియు 200 మైళ్ల దూరం 2000 అడుగుల లోతులో లభ్యమవుతున్నాయి. సున్నపురాయి నిలువలు ప్రత్యేకంగా మధిరియల్ ఆసిఫాబాదుకు వాయవ్య ప్రాంతాలలో లభ్యమవుతున్నాయి.

రెండు జిల్లాలలోను
గిరిజన సమాజం-సంస్కృతి

ఆంధ్ర గిరిజనులలో ముఖ్యంగా గోండులు, కోయలు, చెంచు, కొండరెడ్లు మరియు లంబాడీలు వున్నారు. వీరంతా భిజులు, కోయ, కోలం, జాతులకంటే భిన్నంగా కలసి ఒక ప్రభావవంతమైన విభాగంగా ఏర్పడినవి. వీరి మాతృభాష గోండి లేదా లంబాడి. గిరిజన జీవనవిధానానికొక ప్రత్యేకత వున్నది. వారి జీవనవిధానం, లక్షణాలు, సాంప్రదాయాలు ప్రకృతికి దగ్గరగా వుండి సహజంగా ఉంటుంది. సాంప్రదాయకంగా కొంతమంది గిరిజనులు కలిసి పురోహిత వర్గంగా ఏర్పడి గిరిజన తెగల పూజారులుగా, వైద్యులుగా మరియు కథకులుగా ఏర్పడ్డారు. వారు గిరిజన పెద్దతో పాటుగా గౌరవస్థానాన్ని పొందుతారు. గిరిజనుల దైవిక జీవనం ఉన్నతంగా ఉండి పౌరాణిక, మతపరమైన విశేషాలతో కూడి వుంటుంది. ఇప్పటికీ ప్రతి ఇంటికి ఒక పూజారి పెద్దగా వుండి వారి సాధకబాధకాలను చూస్తారు. దేవర అనే గ్రామ పురోహితుడు కలోత్ర అనే పెద్ద కుటుంబాలవారి పూజారి. లింగమును బట్టి ఈ గిరిజనులలో వ్యత్యాసములున్నవి. కుటుంబలోను, సమాజంలో స్త్రీలకు ప్రత్యేక గుర్తింపు ఉన్నది. గోండులకిప్పటికి వారి ఆచార పరమైన ప్రత్యేక నృత్య, సంగీత రీతులు ప్రచారంలో వున్నాయి. అయితే వీరు ముఖ్యంగా హిందూ పండుగలైన హోలీ, దీపావళి, దసర, సంక్రాంతి, ఉగాదులు జరుపుకుంటారు.

స్వాతంత్ర్యానంతరం నుండి గిరిజనుల సమాజంలో ప్రత్యేకమార్పులు ఆధునికీకరణ ద్వారా ఏర్పడ్డవి. దీనివల్ల సామాజిక ఆర్థిక జీవన విధానాలలో గోండులు విశేష మార్పులకు లోనైనారు. ఉదాహరణకు ఆడవారి స్థితిగతులలోను, పూజాదికార్యాలలో, పెళ్ళి సంప్రదాయంలో గణనీయమైన మార్పు వచ్చింది. గోండు, లంబాడ స్త్రీలు సాంప్రదాయికంగా చాలా స్వాతంత్ర్యంగా వుండి భూసాగులలో విశేషపాత్ర కనబరిచేవారు. నేడు సంస్కృతిలో వచ్చిన మార్పులవల్ల వారు చాటవుతున్నారు. పూర్వం వివాహాలు చాలా సాధారణంగా జరిగేవి. నేడు కట్నమనే పెనుభూతం వీరి జీవితంలో అడుగుపెట్టి వడ్డీ వ్యాపారస్తుల చేతులలోనికి నెట్టబడుతున్నారు. గిరిజనేతరుల ఆక్రమణల వల్ల వీరి జీవితాలలో అసమానతలేర్పడి వారి జీవన విధానాలను మార్చివేశారు. గిరిజనేతరులు వారి స్వప్రయోజనాల కోసం గిరిజనుల దేవతలకంటే హిందూమతం గొప్పదనీ, గిరిజనుల దేవతలు దయ్యాలని ప్రచారు చేశారు. మూఢ విశ్వాసాలు గిరిజనుల వెనుకబాటు తనానికి

కారణం. ఈ కారణంగా వారి ఆచార వ్యవహారాలను భంగపరచుకొని హిందూ మతాచారాలను అలవరచుకొని తిరుపతి యాత్రలు, ఆలయార్చనలు మొదలుపెట్టారు. గిరిజనేతరులు హిందూ మతాన్ని వ్యవస్థీకరించడం చేత గుడి ఆవరణలు వ్యాపార కూడళ్ళుగా తయారయ్యాయి. హైమండర్ఫ్ రికార్డులలో కైలాస్‌పూర్ జాతర అనే గిరిజనుల ఉత్సవం ఆలయ ఉత్సవంగా మారి రాజకీయ నాయకులకు వేదికగా మారిపోయిందని పేర్కొన్నారు. గుడి చదివింపుల ద్వారా 1977లో రూ.1911 ఆదాయంరాగా అది అర్చకులనాకర్షించి గిరిజనులతో గొడవకు దారితీసింది. అయితే కోర్టుతీర్పు గిరిజనులకు సానుకూలంగా వచ్చి గుడి ఆధిపత్యాన్ని గిరిజనులకిప్పించింది.

గిరిజనులిప్పటికీ సాంప్రదాయ పద్ధతిలోనే వ్యవసాయం చేస్తూ వానలపై ఆధారపడి జీవిస్తున్నారు. వీరి ప్రధాన పంట జొన్నలు, అయితే వర్షపునీరు కేవలం సంవత్సరంలో మూడు మాసాలకు పరిమితమయ్యేసరికి మిగిలిన సమయమంతా వారు అటవీ సంపదపై ఆధారపడి జీవించవలసిందే.

గిరిజన ప్రాంతాలలో అధికార మార్పులు

స్వాతంత్ర్యానికి పూర్వం ఆంధ్రప్రదేశ్‌లో 37 గిరిజన పెద్దలు కొందరు రాజ మోకాక్షి అని మరికొందరు దేశముఖ్‌లనే పేరుతో ప్రసిద్ధులై వుండేవారు. వారి ఆధీనంలో రాజకీయాది పత్యముండీ నియంతృత్వ పరిపాలన చేసేవారు. 1940ల్లో గ్రామ పెద్దలు గ్రామతగాదాలు తీర్చడంలో వీరికి సాయపడేవారు. ఈ అధికారిక పద్ధతిని గిరిజనులు వ్యతిరే కించుటచేత నిజాం ప్రభుత్వం ఎత్తివేసింది. నిజాం ప్రభుత్వం ఈ ఆధిపత్య ధోరణిని నిర్మూలించి గ్రామ పంచాయితీ పద్ధతిని ప్రవేశపెట్టి జూడిషియల్ అధికారమిచ్చి గిరిజన సమస్యలు తీర్చేవిధంగా ఏర్పాటు చేసింది. అందువల్ల స్వాతంత్ర్యానికి ముందరే గిరిజనుల పాత విధానాలను మార్చివేయడం జరిగింది.

1963లో వచ్చిన హైదరాబాదు ట్రైబల్ రెగ్యులేషన్ యాక్ట్ వల్ల గ్రామాధిపత్యం గిరిజనులు కోల్పోయారు. గ్రామాధికారులు రాష్ట్ర బ్యూరోక్రసీ కిందకు వచ్చారు. ఈ పద్ధతి ప్రకారం కొత్త పంచాయితీ మెంబర్లను ఎన్నుకొని, వారి ద్వారా సర్పంచులు ఎన్నుకోబడాలనే వ్యవస్థ ఏర్పరిచారు. దాంతో కొన్ని ప్రాంతాలలో గిరిజనేతరులు

పోలీసులతో లాలూచిపడి సర్పంచులు కాగలిగారు. సర్పంచులకు చాలా అధికారాలు ఇవ్వబడ్డాయి. అంతే కాకుండా షాపులకు లైసెన్సులు, పన్ను వసూలు హక్కులిచ్చారు. అలాగే తగాదాలు తీర్చు ఆధిపత్యం కట్టబెట్టింది ఈ యాక్టు.

స్థానిక గిరిజనాధిపత్యాన్ని పూర్తిగా నిర్మూలించుట చేత గిరిజన జీవన విధానంలో పెద్దమార్పు వచ్చింది. పూర్వమే స్థిరపడ్డ గిరిజనేతరులు అక్కడ నివాసమేర్పరచుటకు గ్రామపెద్దల నుండి అనుమతి పొందగలిగారు. ఈ రకమైన పెనుమార్పువల్ల 1951లో గిరిజనేతరుల వలస అధికంగా పెరిగి గిరిజనుల స్థలాలను ఆక్రమించుకున్నారు. ఆదిలాబాదు, ఖమ్మం జిల్లాలలో ఈ రకమైన వలసలు, భూఆక్రమణలు అధికస్థాయిలో జరిగాయి. ఇక్కడకు వచ్చినవారు కర్మాగారాలు, సిమెంటు, పేపరు కర్మాగారాలు పెట్టారు. ఈ కర్మాగారాలలోని పనివాళ్ళలో మరలా గిరిజనేతరులే అయ్యేటప్పటికి ఆధునీకరణ వల్ల గిరిజనులకే మేలు జరుగలేదు.

గిరిజనాభివృద్ధి - పెట్టుబడి

ప్రభుత్వ తలసరి ఆదాయంలో ఐదవ పంచవర్ష ప్రణాళికతో గణనీయమైన పెరుగుదల చూడబడింది. (చూడండి 8వ పట్టిక) ఈ ఐదవ ప్రణాళికలో ప్రభుత్వం పక్కాఇళ్ళు, పశువుల కొట్టాలు కట్టించింది. ట్రైబల్ డెవలప్‌మెంట్ ఏజన్సీ ఏర్పాటుచేసి గిరిజన సమగ్రాభివృద్ధి (ఇంటిగ్రేటెడ్ ట్రైబల్ డెవలప్‌మెంట్) పథకాలు ప్రవేశపెట్టింది. గిరిజన కార్పరేషన్‌ను కూడా ఏర్పాటుచేసింది. గిరిజనుల నుండి కలపను కొనేవీలు చేసి తద్వారా ప్రైవేటు కాంట్రాక్టర్లు లేకుండా చేసే ఏర్పాటు చేసింది. మౌలికమైన గిరిజనుల అవసర వస్తువులను తక్కువ ధరలకమ్మి నిత్యా వసరాలను తీర్చుకునేటట్లు చేసిది. అయితే కోఆపరేటివ్‌లు అటవీ పదార్థాలకు చాలా తక్కువ మూల్యము కిలోకు ఇచ్చేవారు. ఉదాహరణకు 5-8 రూపాయలు కిలో జిగురుకు యిస్తుంటే, ప్రైవేటు కాంట్రాక్టర్లు 12 శాతం యిచ్చేవారు. ఈ విధానం వల్ల గిరిజనులు వారి వస్తువులను కోఆపరేటివ్‌లకు అమ్మకుండా కాంట్రాక్టర్లకమ్మేవారు.

పట్టిక-7

గిరిజనుల తలసరి ఖర్చు మొత్తం ఖర్చు పథకం

పథకపు కాలం	తలసరి ఖర్చు లక్షల్లో	మొత్తం ఖర్చు లక్షల్లో
1. ప్లాన్	15.05	118.77
2. ప్లాన్	18.89	250.25
3. ప్లాన్	13.56	178.77
4. ప్లాన్	59.00	977.77
5. ప్లాన్	266.00	4,879.85
6. ప్లాన్	750.47	13,598.00
7. ప్లాన్	1639.16	30,026.00

జాతీయ బ్యాంకులు ఈ ప్రదేశాలలో ఏర్పాటుచేశారు. ఒక పరిశీలన ప్రకారం 61 శాతం అప్పుతీసుకున్నవారు భూస్వాములే. జీవనాధార పేరుతో ఆంధ్రప్రభుత్వం తాగునీటి స్కీము ప్రవేశపెట్టింది. దీని ప్రకారంగా ఎంపిక కాబడ్డ ప్రతి కుటుంబానికి స్వయంగా బావితవ్వుకునే వారికి 15వేల రూపాయలు ఇచ్చే సదుపాయం చేసింది. ఈ విధంగా 10వేల రూపాయలు వ్యవసాయ బావులుకు, 11వేల రూపాయలు త్రాగునీరు బావుల తవ్వకానికి ఇవ్వటం జరిగింది. ఎద్దులు కొనుక్కొనుటకు ఐటిడి ఏజన్సీలు, రుణ సహాయమందించాయి. ప్రభుత్వం ఎద్దుల ఖర్చులో సగం భరించింది. ఐటిడిఏ తరఫున వైద్య సహాయం కూడా అందించింది.

1960 మరియు 1983 ఎకనామిక్స్ బ్యూరో అండ్ స్టాటస్టిక్స్ లెక్కల ఆధారంగా గ్రహించిన పట్టిక

ప్రభుత్వం ప్రవేశపెట్టిన ఎన్నో పథకాలు గిరిజనులకు వుపయోగపడేవిగా లేవు. మీడియమ్ ఇరిగేషన్, చిన్నకారు కర్మాగారాలు, కమర్షియల్ ఫారెస్టింగులు మొదలైనవి ఏవీ వీరికి పనికిరాలేదు. గిరిజనేతరులే వీటి నుండి విశేషంగా లాభపడ్డారని చెప్పవచ్చు.

అటవీ భూములపై ఆధిపత్యం

గిరిజనులకు అడవులకు మధ్య విశేషమైన సంబంధమున్నది. అడవులు వారికి నివాసస్థానాలుగా వుండి తరతరాలుగా వారి నిత్యావసరాలను తీరుస్తున్నాయి. ఫారెస్టు కంసర్వేషన్ మరియు రెగ్యులేషన్ యాక్ట్ 1920 గిరిజనులపై ఆంక్షలు విధించి అటవీ వస్తువులను గ్రహించుటలో గిరిజనులను నిరోధించుటచే గిరిజనులకు ప్రభుత్వానికి మధ్య అగాధమేర్పడింది.

స్వాతంత్ర్యానంతరం అటవీ పథకాలు అనేకమైన ఇక్కట్లను గిరిజనులకు తెచ్చి పెట్టాయి. ఒక పక్క గిరిజనులలను అటవీ పదార్థాలను గ్రహించుట నుండి నిరోధించేవిధంగా చేయగా మరొకపక్క వివిధ అభివృద్ధి పథకాల వల్ల అడవుల నరికివేతకు దారితీసింది. దీంతో గిరిజన వ్యవస్థ అంతా అటవీ పదార్థాలను సమీకరించే బదులు, గిరిజన పెద్దలూ, కాంట్రాక్టర్ల మధ్య వ్యవహారం నడిపే విధానాన్ని ఏర్పరచారు, ఒక పక్క అటవీ అధికారులు ముఖ్యంగా రెవెన్యూ సేకరణలో శ్రద్ధ కనబరుస్తూ వీరి మధ్య వుండే సంబంధాలను ప్రోత్సహించారు.

ఆ విధంగా అడవుల పతనానికి దారితీసింది. ఇదే అధికారుల సంపద పెంచుకొనడానికి కారణమై అగాధాన్ని సృష్టించింది.

ప్రభుత్వ ఆగడాలను ఆదిలాబాదులో లంబాడాలు ఎదిరించలేకపోవడంతో అనేక నియంత్రణలతో వారి భూములను ప్రైవేటు వ్యాపారులకు కేటాయించే దుస్థితి ఏర్పడ్డది. ఇందులో 1,50,000 ఎకరాలు ఆదిలాబాదు జిల్లాలకు సంబంధించిన భూములే. పర్యవసానంగా అటవీభూములను గిరిజనులు కోల్పోవాల్సి వచ్చింది. దీని వల్ల గిరిజనులు రోజుకూలీలుగా మారి ప్రైవేటు కాంట్రాక్టర్లు, అటవీ అధికారుల దయా దాక్షిణ్యాలపై బతకవలసి వచ్చింది.

పట్టిక-8

1983-84లో అటవీ వృక్షాల స్థల వైశాల్యం

చెట్ల జాతులు	మొత్తము ప్రదేశం డిపార్టుమెంటు	(హెక్టార్లలో) కార్పొరేషన్
టేకు	76,114	20,522
యూకలిప్టస్	26,271	10,138
వెదురు	28,139	16,511
జీడిపప్పు	18,949	2,438
కాఫి	130	-
ఎఱ్ఱచందనం	1,913	-
చందనం	2,670	-
కానుక	8,942	-
కసురిమా	12,415	-
సిస్సూ	13,690	-
బుద్రారా	1,435	-
ఫైనర్	325	-
ఇతరములు	55,743	-

ఆధారం: ఎ.పి.ఫారెస్టు ఎటెగ్లాన్స్ 1983-84, చీఫ్ కంసర్వేర్ ఆఫ్ ఫారెస్ట్ గవర్నమెంట్ ఆఫ్ ఎ.పి. ఆంధ్రప్రభుత్వం ముఖ్యంగా టేకు, యూకలిప్టస్, వెదురు చెట్లను పెంచడానికి విశేష మక్కువ చూపింది. ఎందుకంటే పేపర్ పరిశ్రమలకు, పెద్ద పెద్ద కలప దుకాణాలకు విశేష గిరాకీ వున్నందున. పట్టిక 9 ఆంధ్రప్రదేశ్‌లోని ముఖ్యమైన కలప పరిశ్రమలను గూర్చి, అటవీ శాఖలనుండి వాటికి వెళ్ళే ముడిసరుకును గూర్చి తెలియజేస్తున్నది. ఇక్కడ కూడా గిరిజనులు కాక పారిశ్రామిక యజమానులు లాభపడుతున్నారు. అంతేకాక అడవుల నుండి కలప పెద్ద ఎత్తున పట్టణాలకు తరలించుటలో కాంట్రాక్టరు భారీగా లాభపడుతున్నారు. వామపక్ష పార్టీలు గుర్తించిన ప్రకారం దీనివల్ల రాజకీయ నాయకులు, బ్యూరోక్రాట్లు కూడా లాభపడుతున్నారు.

కర్మాగారాల పెరుగుదల కూడా గిరిజనులు పతనానికొక ముఖ్యకారణం. అనేకమంది గిరిజనులు నిరాశ్రయులై ఆక్రమించుకోబడ్డ వారి భూములలోనే కట్టిన కర్మాగారాలలో కూలీలుగా పనిచేసే దుస్థితికి చేరారు. గిరిజనుల నివాసస్థలాలకు రోడ్లు నిర్మించడమే దీనికి కారణం. అటవీ గార్డులు కూడా వీరి వద్దనుండి 17 నుంచి 40 రూపాయల వరకు ఒక్కొక్క దుక్కికి లంచాలు తీసుకుని వారిని కష్టపెట్టారు. గిరిజనులపై అమానుషాలు విపరీతంగా పెరిగాయి. పట్టిక 10లో వీరిపై జరిగిన అమానుషాలు 1979 నుండి 1983 వరకు ఇవ్వబడ్డవి. వాస్తవానికి అన్ని బయటపడలేదు.

పట్టిక-9

ముఖ్యమైన కలప ఆధారిత కర్మాగారాలు

సం.	కంపెనీ పేరు	సామర్థ్యం టన్నులలో	ముడిసరుకు టన్నులలో
1.	ఎ.పి. పేపర్‌మిల్స్ రాజమండ్రి,తూ.గో.	పేపరు 75,000	వెదురు 1,10,000 హార్డ్‌వుడ్ 75,000
2.	సిర్‌పూర్ పేపర్‌మిల్లు కాగజ్‌నగర్,ఆదిలాబాద	పేపరు 61,000	వెదురు 75,000 హార్డ్‌వుడ్ 45,000
3.	రాయలసీమ కర్నూలు	పేపరు 42,000	వెదురు 45,000 హార్డ్‌వుడ్ 45,000
4.	భద్రాచలం పేపర్ బోర్డు లి., కొత్తగూడెం	పేపరు 50,000	వెదురు 6,000 హార్డ్‌వుడ్
5.	ఎ.పి.రాయోన్స్ లి. ఏటూరునాగారం, వరంగల్లు	రోయాన్ గ్రేడ్ పల్ప్ 27,000	హార్డ్‌వుడ్ 75,000 యూకలిప్టస్ 75,000
6.	నొవొపాన్ ఇండియా.లి. పటాన్‌చెరు, రంగారెడ	పార్టికల్ బోర్డు 20,000	హార్డ్‌వుడ్ 38,000 టేకు 700
7.	హైదరాబాద్ ప్లైవుడ్	ప్లైవుడ్ 0.018	ఇతరములు 1,70 చ.మీ.

పట్టిక-10

1979-83 మధ్య గిరిజనులపై జరిగిన అమానుషాల వివరాలు (అట్రాసిటీస్)

రాష్ట్రం	నమోదైన కేసుల వివరాలు			
ఆంధ్ర	1979	1980	1981	1983
	13	14	29	31

1983లో అరాచకాలు వివరాలు

ఆంధ్ర	హత్యలు	హింసలు	అత్యాచారాలు	ఇతరాలు	మొత్తం
	1	**8**	**9**	**15**	**33**

ఆధారం: ఎస్.సి, ఎస్.టి కమిషన్ రిపోర్టు, ఆరవ రిపోర్టు ఏప్రిల్ 1983, మార్చి 1984, చాప్టర్ 5, గవర్నమెంట్ ఆఫ్ ఇండియా, న్యూఢిల్లీ, 1984.

స్వాతంత్ర్యానంతర అభివృద్ధి విధానం - దాని ప్రభావం

కేంద్ర, రాష్ట్ర ప్రభుత్వాలు ప్రవేశపెట్టిన గిరిజనాభివృద్ధి పథకాలు చాలా రకాలుగా అమలు జరిగాయి. ప్రధానంగా వీటిని ప్రారంభించింది కాంగ్రెస్ పార్టీ. స్వాతంత్ర్యానికి పూర్వం 1946లో గిరిజనులపై ఒక సాధారణ పరిశీలన చేశారు. ఈ పరిశీలన ఆధారంగా గిరిజన పథకాలు మొదటి దశలో గిరిజనుల ఆర్థికాభివృద్ధికి, వారి విలువైన భూముల మధ్య సమత్వం చేకూర్చుడానికి ప్రారంభించారు. అయితే ఎల్విన్, నెహ్రూ ప్రవేశపెట్టిన ఐదు ప్రణాళికలు వేరుపరచటం (isolation) మరియు కలుపుకోవటం (asimilation) మధ్య ఒక సామరస్యాన్ని ఏర్పరచేవిగా వున్నాయి. అతి తక్కువ, అతి ఎక్కువగా చేయటం అనే వాటి మధ్య సామరస్యత చేకూర్చటం.

ఆ సూచనలేమనగా

(1) గిరిజన హక్కులు వారి భూములకు, అడవికి మధ్య వుండాలి.

(2) గిరిజనులు వారి సాంప్రదాయిక కళలు, సంస్కృతులను నిలుపుకునేటట్లు ప్రోత్సహించాలి.

(3) గిరిజనుల నుండి ఏర్పడ్డ ఒక టీమ్ సభ్యులకు అభివృద్ధి, అడ్మినిస్ట్రేషన్లు నెరపుకొనుటకు ట్రైనింగునిప్పించుట.

(4) మితిమీరిన అడ్మినిస్ట్రేషన్, అధిక పథకాలను నిరోధించాలి.

(5) ఫలితాలను లెక్కల ప్రకారం నిర్ణయించకుండా మావన గుణవ్యక్తిత్వ వికాసాలపై నిర్ణయించాలి.

కొన్ని ప్రత్యేక గిరిజన పథకాలు ప్రవేశపెట్టి కూటీర పరిశ్రమలు, విద్యాపథకాలు, నీటిపారుదల పథకాలు కల్పించ గలిగింది. అయితే కాంగ్రెస్ పాలిత రాష్ట్రమైన ఆంధ్రప్రదేశ్‌లో కూడా సందిగ్ధావస్తలోనే కొట్టుమిట్టాడాయి. షెడ్యూల్డ్ ప్రాంతాలు, షెడ్యూల్డ్ ట్రైబుల్ కమిషన్‌లు ఏర్పాటుచేసి గిరిజనుల సంస్కృతిని పరిశీలించమని చెప్పినవన్నీ నిరర్ధకమైనవి.

ఇంకొక విషయమేమంటే ఇతర రాష్ట్రాలేవీ కూడా తగిన బడ్జెట్‌ను గిరిజనాభివృద్ధికై ప్రవేశపెట్టలేదు. పట్టిక 11 ద్వారా 5వ ప్రణాళికలో మాత్రమే గిరిజనులకు ఇచ్చే బడ్జెట్ పెంచినట్లు తెలుస్తుంది.

పట్టిక-11

పథకపు కాలం ప్లాన్ పథకం	మొత్తం అభివృద్ధి	ట్రైబల్	శాతం
1. ప్లాన్ 1952-56	1,960	19	0.89
2. ప్లాన్ 1956-61	4,672	41	0.87
3. ప్లాన్ 1961-66	8,577	51	0.60
సాలు 1966-69	6,756	35	0.52
4. ప్లాన్ 1969-74	16,160	84	0.52
5. ప్లాన్	34,322	1,182	3.01

ఆధారం: స్టాటస్టికల్ డైయిరీ ఆఫ్ ఇండియా, బ్యూరో ఆఫ్ ఎకనామిక్స్ & స్టాటిస్టిక్స్ న్యూఢిల్లీ, 1990.

పట్టిక-12

గిరిజన సంక్షేమ (ట్రైబల్ వెల్ఫేర్) బడ్జెట్

ప్రణాళిక	1993-94	1994-95 ఆర్.ఇ.	1995-96 ఆర్.ఇ.
నాన్‌ప్లాన్	7548.38	7711.32	82325.72
ప్లాన్ నార్మల్	1289.03	1288.22	7839.29
ఐపాడ్	1056.81	1684.00	1700.00
ఆర్ఐఎడిపిపిఎస్	480.57	-	430.00
స్పెషల్ సెంట్రల్ అసిస్టెంట్	1407.99	1700.00	2500.00
ఇతర సిఎస్ఎస్	285.39	1127.83	1135.76
ట్రైబల్ ఏక్షన్ ప్లాన్ అప్‌గ్రేడేషన్	250.00	250.00	250.00
తుఫాను పునరావాస్	25.00	-	-

ఆధారం: గిరిజన పరిశోధన మరియు కల్చరల్ సెంటర్, హైదరాబాదు

1960 చివర్లో లైనింగ్ మోడల్ అభివృద్ధి, గిరిజనులకు కుట్రపూరితమైన అభివృద్ధిగాను కష్టతరమైనదిగా మారింది. గిరిజనులు దేశంలో జరిగే ఇతర అభివృద్ధి కార్యక్రమాలలో భాగస్వాములు కావాలి. కేంద్ర ప్రభుత్వం కార్యక్రమాలు మొదలుపెడితే రాష్ట్రప్రభుత్వం వాటిలో కొన్ని మార్పులు చేర్పులు చేయడానికని కమిషన్‌ను నియమించేది.

1901లో దేబర్ నాయకత్వంలోని కమిషన్ అనేక అంశాలను పరిగణలోకి తీసుకుంది. 1971 పార్లమెంటరీ ఎలక్షన్‌లలో ఇందిరాగాంధీ 'గరీబీహఠావో' నినాదంతో కాంగ్రెస్ ప్రభుత్వం ముందుకొచ్చింది. దీనివల్ల 1972 ప్లానింగ్ కమీషన్ గిరిజనులకు సువిస్తారమైన మార్గదర్శక సూత్రాలను ప్రవేశపెట్టింది. ట్రైబల్ బ్లాక్స్, గ్రోత్ సెంటర్స్, ఇంటిగ్రేటెడ్ ట్రైబల్ బ్యాక్‌వార్డ్ పెరిఫెరల్ ఏరియాస్ మరియు అభివృద్ధి సెంటర్లు కూడా వెలిశాయి. ఇవన్నీ గిరిజనులను దోచుకోవడానికే ఉపయోగపడ్డాయి.

పట్టిక-13

ప్రాజెక్టు అవుట్‌లే మరియు ఫన్‌డింగ్

ఫైనాన్స్	ఎపిటిడిపి	శాతం	ఎపిటిడిపి	శాతం
ప్రాజెక్ట్ ఔట్‌లే	1681.007	100	1855.064	100.00
ఐఎఫ్ఎబి	475.643	44	985.039	53.10
కొ. ఫైనాన్సర్	162.151	15	198.992	10.70
నెదర్లాండ్స్ ప్రభుత్వం				
నాబార్డ్	-	-	-	-
జి.సి.సి.	216.202	20	-	-
లాభాలు	64.860	6	139.300	7.50

గిరిజనుల అభివృద్ధికి సంబంధించి రాజకీయ కోణాలలో చూస్తే 1970లో రాజకీయ నాయకుల పాత్ర ముఖ్యమైనది. ఓటు బ్యాంకు రాజకీయాలు, డబ్బు ఆశ చూపి గిరిజనులను ఆకట్టుకునే పనిచేశారు.

గిరిజనుల నుండి డిమాండ్లు వెల్లువెత్తి తీవ్ర గిరిజనోద్యమం ప్రబలి ప్రభుత్వాన్ని మరలా గిరిజన పాలసీలను ప్రవేశపెట్టేటట్లు ఆలోచింపజేసింది. స్వాతంత్ర్యా నంతరం జరిగిన అభివృద్ధి పథకాలన్నీ ప్రాంతీయ సంబంధాల పర్యవసానాలు, సామాజిక ఆర్థికస్థితిగతుల పతనం, భూ అన్యాక్రాంతం మరియు ఉద్యమాలకు దారితీశాయి. వీటన్నిటికి కారణంగా అధిక మొత్తంలో లభ్యమయ్యే అమూల్య సహజ సంపద, వారి సామాజిక, ఆర్థిక, సంస్కృతీ సాంప్రదాయాల్లో విశేష మార్పులు, కూలీలను అతి తక్కువ వేతనాలతో చాకిరీ చేయించుకోవడం లాంటి దయనీయ స్థితికి గిరిజనులను దిగజార్చింది.

నోట్: కొన్ని పట్టికలు పేజీల మధ్య సర్దుబాటు కాకపోవడం వల్ల వాటి స్థానాలు మార్చాల్సి వచ్చింది.

భూ ఆక్రమణ తీరుతెన్నులు ఉద్యమ దశలు

గిరిజన సామాజిక, ఆర్థికస్థితిగతులను వారి భూముల అన్యాక్రాంత విధానాన్ని దృష్టిలో వుంచుకుని ఈ అధ్యాయంలో ఆదిలాబాదు ఖమ్మం జిల్లాలలో ఎంపిక చేసిన తాలూకాలలో జరిపిన ఫీల్డ్‌వర్క్ ఫలితాలను పరిశీలిద్దాం. ప్రధానంగా నాలుగు తాలూకాలు, వాటిలో కూడ కొన్ని గ్రామాలను విశేషంగా పరిశోధనకు స్వీకరించుట జరిగింది. ఇంటర్వ్యూల రూపంలోను, ప్రత్యక్షంగా గిరిజనులతో మమేకమై ఈ ఫలితాలను గ్రహించాము.

ఈ అధ్యాయపు ద్వితీయభాగం గిరిజనుల భూకబ్జాల వల్ల ఏర్పడిన అసంతృప్తుల ద్వారా రాజకీయ ఉద్యమాలకు దారితీసిన వైనాన్ని తెలియజేస్తుంది. ఈ పరిశోధనకై ఖమ్మం, ఆదిలాబాదు జిల్లాలలోని తాలూకాలు క్రమంగా భద్రాచలం, అశ్వారావుపేట, ఉట్నూరు మరియు లక్షట్టిపేట. ఈ తాలూకాల్లో గిరిజనులు అధిక సంఖ్యలో వున్నారు. మొదటి రెంటిలో కోయలు, మిగతా రెంటిలో గోండులధికంగా వున్నారు. అయితే ఈ రెండు జిల్లాలలోని గిరిజనేతర భూస్వాములలో వెనుకబడిన తరగతుల మోతుబరి రైతులు ఉన్నారు. వీరు ప్రధానంగా అన్ని కీలకాంశాలను వారి ఆధీనంలో వుంచుకుని గ్రామాధిపత్యంలో ముఖ్యపాత్ర పోషిస్తారు. ఈ నాల్గు తాలూకాలో తక్కువ జనాభా ఉన్న గిరిజన గ్రామాల ప్రజలు నక్సలైట్ల ఉద్యమాల వల్ల బయట ప్రపంచానికి సంబంధం లేకుండా వున్నారు. వాటి వివరాలిక్కడ యివ్వబడ్డాయి.

పట్టిక - 1

తాలూకాలు	మొత్తం గ్రామాలు
ఖమ్మంజిల్లా, భద్రాచలం	40
అశ్వారావుపేట	125
ఆదిలాబాదుజిల్లా లక్సెట్టిపేట	80
ఉట్నూరు	108
మొత్తము	353

అయితే ఈ పరిశోధన కోసం తాలూకాలను తిరుగుతూ ఇంటర్వ్యూలను చేస్తున్నప్పటికీ బయట వారిపై సహజంగా వుండే అనుమానంతో గిరిజనులు విషయాలు చెప్పకపోవటంతో సమగ్రమైన సమాచారం పొందలేకపోయాము. 2వ పట్టిక గిరిజనుల కుల సంబంధమైన అంశం. గిరిజన, గిరిజనేతరులు ఇద్దరినీ వారి వారి భూమిపై వున్న యాజమాన్య వివరాలను కనుగొనడానికి ప్రయత్నించాము. గ్రామాలలో గృహస్థులనుగాక, ఒంటరిగావున్న వారిని ఇంటర్వ్యూ చేశాము. గిరిజనేతరులు కొండరెడ్లు, కమ్మ, రాజులు, కమ్మరి కులాలను స్వీకరించారు. ఎందుకంటే వీరే యిక్కడ ఆధిపత్యంలో వున్నారు.

పట్టిక - 2

గిరిజనుల వివరాలు

భద్రాచలం	రాజు, కోయ, లంబాడి, కమ్మరి
అశ్వారావుపేట	కొండరెడ్డి, లంబాడి, కోయ, కమ్మ, రెడ్డి
లక్సెట్టిపేట	గోండులు, కోలం, లంబాడీ
ఉట్నూరు	గోండులు, కోలం, నాయక్, దేవోర్లు

గిరిజనుల, గిరిజనేతరుల భూయాజమాన్యాలను పరిశీలించిన సర్వేలో మూడు విభాగాలు ఉన్నట్లు తెలిసింది. మొదటిది గిరిజనేతర మోతుబరి రైతులు. వీరు అనేక సంవత్సరాలుగా గిరిజనుల భూములనాక్రమించుకొని వారినే వ్యవసాయ కూలీలుగా వాడుకుంటూ వేతనాలు కూడా ఇవ్వనివారు. వీరి తర్వాత వీరికంటే కొంత తక్కువ వారు. అయితే వీరు వెనుకబడ్డ తరగతులవారు. వీరు భూముల కోసం వలస వచ్చిన గిరిజనేతరులు. వీరి కుటుంబంలోవారూ కూలీలుగా పనిచేస్తూ గిరిజనులను కూడా పెట్టుకొని వ్యవసాయం చేస్తారు. ఇక్కడ అధిక శాతం గిరిజనులు భూములు లేని వారే. వీరిలో చాలావరకు వారి భూములలోనే కూలీలుగా పనిచేస్తున్నట్టు పరిశోధనలో వెల్లడైంది. వ్యవసాయేతర కూలీలు చాలా తక్కువ సంఖ్యలో ఉన్నారు. ఎందుకంటే ఆ గ్రామాల్లో వేరే ఉద్యోగాలు లేవు. చాలా శాతం ఈ ప్రాంతంలో పెట్టిన కర్మాగారాల్లో పని చేయడానికి వలస వచ్చి చేరిన వ్యవసాయేతర కూలీలున్నారు.

వలస విధానాలు - భూఆక్రమణ

ఆంధ్ర ప్రదేశ్‌లోని గిరిజనుల భూఆక్రమణలో రెండు రకాల మార్పులు చూడవచ్చు. ఆంధ్రప్రదేశ్‌లోని గిరజనేతరుల మరియు ఇతర దేశంలోని కబ్జావిధానానికి గిరిజనుల

భూకబ్జా విధానానికి ప్రత్యేకమైన తేడా వున్నది. ఇది చాలా ఏళ్ళ నుండి జరుగుతున్న ప్రక్రియ. దీనిని గూర్చి ఒక ప్రత్యేక విశ్లేషణను రాజకీయ ఉద్యమకోణం నుంచి చేయవలసి ఉన్నది. బైటవారు వలస వచ్చి ఇక్కడ తిష్టవేసి సారవంతమైన భూములను గిరిజనుల నుండి కాజేయుట, దీనికితోడు గిరిజన గ్రామస్థులు అడవి లోపలికి వలసలు పోవలసి రావడమే గాక వ్యవసాయ భూములను వెతుక్కునే పరిస్థితి ఏర్పడింది. రెండు తరాల నుండి ఈ రకమైన వలసల గూర్చి కొందరి వృద్ధ గిరిజనులను కదిలిస్తే వారు ఎంతో బాధతో చెప్పారు.

అనేక గిరిజన కుటుంబాలు ఎంతో సారవంతమైన సాగుభూములను వదులుకొని వలసలు పోవలసి వచ్చింది. గిరిజనులు వారి భూములను పూర్తిగా గిరిజనేతరులు లాక్కొని నిర్వాసితులను చేయగా, వారి సారవంతమైన భూములను పోగొట్టుకొని ఆ భూములలోనే కూలీలుగా పని చేయవలసి వచ్చింది. అడవులను నరుకుట, కలపను మరియు వ్యవసాయ ఇండస్ట్రీలను నెలకొల్పి భూములపై ఒత్తిడి తెచ్చిపెట్టారు. ఈ మార్పులవల్ల వ్యవసాయ భూములు లేని గిరిజనులు వేరేచోటుకు వలసలు పోవలసి వచ్చింది. గిరిజనులను ఇంటర్వ్యూలు చేయగా అనేక గిరిజనులు తరతరాల నుండి భూములులేక వలసలు పోయి జీవించే దుస్థితిని వివరించారు. ఇప్పుడు వారున్న గ్రామాలలో 40–80 సంవత్సరాలుగా నివసిస్తున్న కొందరు, 10–40 ఏళ్లనుండి నివసిస్తున్నారు. దీనిని బట్టి ఈ భూములు గిరిజనుల నుండి గిరిజనేతరులు దోచుకున్న వైనం విశేషంగా అర్థమవుతున్నది. ఎవరైతే భూములను దోచుకున్నారో వారు గిరిజనుల అమాయకత్వాన్ని సొమ్ముచేసుకొన్నారు.

ఈ నాల్గు తాలూకాలలో చొరబడిన చాలా మంది బయట వారిలో తూర్పుగోదావరి, కృష్ణా జిల్లాల నుంచి వచ్చినవారే! ఈ చొరబాట్లన్నీ వివిధ ప్రదేశాలలో పన్నులు, మిలటరీ చర్యలు, ముడిసరుకుల డిమాండ్లనే సాకుతో ప్రభుత్వ జోక్యం వల్ల జరిగినవే. పూర్వమే వలసలు 50–60 ఏళ్ళ క్రితం భూమిపై వుండే మక్కువతో అధిక మొత్తంలో గిరిజనేతరులు వచ్చి ఆక్రమించుకున్నారు. అది భూమిపై వ్యామోహం, భూముల విలువ అధికంగా పెరగడం వల్ల ఈ వలసల సంఖ్య విశేషంగా పెరిగిపోయినట్లు గిరిజనులను ఇంటర్వ్యూ చేయగా తెలిసిన అంశాలు. అలా ఈ భూములన్నీ గిరిజనేతరులకు చేరి సాగు చేసుకోవడం చాలావరకు తగ్గిపోయింది.

అనేక తెగలు, కులాలవారు అనేక కాలాలనుండి వివిధ రీతులలో జీవనోపాధి కోసం వివిధ ప్రదేశాల నుండి వలసలు వచ్చి గిరిజనుల ఆర్థిక, సామాజిక విధానాలలో

విశేష మార్పులను తెచ్చిపెట్టి వారి పూర్వ జీవన సరళిని మార్చివేశారు. భూమి సాగుకు తేలికగా కూలీలు లభ్యమవ్వటం అనే వెసులుబాట్ల వల్ల భూబకాసురులు, ఇతర భూస్వాములు నిజాం సహకారంతో భూములు వారి చేతులలోకి తీసుకున్నారు. దీనికి తోడుగా కోమటి వర్తకులు తోడైనారు. అధిక మొత్తంలో వలస వచ్చిన తక్కువ జాతివారితో వెట్టిచాకిరీ చేయించుకున్నారు. వీరికితోడు వ్యవసాయ కుల రైతులు 3లేక 5 ఎకరాలు సొంతం చేసుకున్నవారు కూడా భూముల వల్ల ఆకర్షితులయ్యారు.

ఈ విధంగా క్రింద చెప్పబడే మార్పులు ఈ తాలూకాలలో జరిగినవి. అవి

(1) అధికమొత్తంలో భూములు గిరిజనుల నుండి గిరిజనేతరులకు బదిలా కావటం.

(2) క్రమంగా భూములు లేని గిరిజనులు సంఖ్య పెరగటం.

(3) అగ్రకులస్థుల చొరబాట్ల వల్ల వివిధ గ్రామాలలో వివిధ రకాలుగా గిరిజనుల భూములు బదిలీలు జరగడంలో గ్రామానికి గ్రామానికి వ్యత్యాసం వున్నది.

(4) గిరిజనులు భూములను వారి సొంతం చేసుకున్నప్పటికి ఆయా భూములు ముక్కలు ముక్కలు చేసి అనేకమంది ఆధారపడవలసి రావటం.

భూఆక్రమణ అనేక రకాలుగా జరిగింది. చాలా మంది గిరిజనులు గిరిజనేతరుల చేత వారి భూములు పోగొట్టుకున్నారు. ఎందుకంటే చాలామంది అక్షరాస్యులు కాకపోవడంతో గిరిజనేతరులు చేసిన దుర్మార్గాలను అర్థం చేసుకోలేక చట్టపరమైన హక్కులున్నా భూములను పోగొట్టుకున్నారు. అలాగే గిరిజనేతరులు స్థానిక అధికారులతో కుమ్మక్కై గిరిజనుల భూములు తరగిపోయేటట్లు చేశారు. పేదరికం, ఋణగ్రస్తత మరియు అప్పులు తీర్చలేక తాకట్టుపెట్టిన భూములు వదులుకొనుట అన్నది రెండవ దశలో జరిగిన మార్పులు. వారి వారి కుటుంబాలలో అధికశాతంలో అనారోగ్యాలు, భయంకరమైన క్షామం, వ్యవసాయంలో ప్రతిభను కనబరచలేక పోవుటవల్ల వీరంతా ఋణదాతల చేతుల్లో పడి అధికమొత్తంలో వడ్డీలకు అప్పులు తీసుకొని తీర్చలేక వారి భూములను కోల్పోవలసి వచ్చింది.

చాలామంది ఋణదాతలు ఆహారపదార్థాలపై అప్పులిచ్చేవారు. అయితే ఇవి పండించుకోవడానికి కాక వారు తినడానికే సరిపోయేవి. అందువల్ల ఈ ఋణాలేవీ వారి నిత్యావసరాలను తీర్చేవి కావు. వారిని అదను చూసి మోసబుచ్చేందుకు ఉపయోగపడేవి. కోమట్లు, బంధువులు, కమిషన్ ఏజంట్లు – వీరే ఋణాలిచ్చే ముఖ్య వ్యక్తులు.

భూస్వాములు ప్రభుత్వ పథకాల నుండి అప్పులు తీసుకోవడం చాల తక్కువ. దీనికి వడ్డి 2 లేక 3శాతం మాత్రమే వుండేది. ఇది ముఖ్యంగా అశ్వారావుపేటలో ఎక్కువ

శాతంగాను, భద్రాచలం, ఉట్నూరులలో తక్కువ శాతంగా ఉన్నట్టు గ్రహించాము. కొన్నిచోట్ల ఈ వడ్డీ 5 శాతం కూడా వసూలు చేశారు. ఇలా అధిక వడ్డీలకు తాకట్టు పెట్టుకొని వారి భూములను హస్తగతం చేసుకున్నారు. అయితే గిరిజనేతరులు మాత్రము కమర్షియల్ బ్యాంకులు, కో ఆపరేటివ్ సొసైటీల నుండి అధికమొత్తంలో ఋణం సంపాధించి వ్యవసాయ పనులు చేసుకొని లాభాలు పొందినవారే అనేకమంది తిరిగి ఋణాలు చెల్లించకుండా ఎగవేసినవారే.

కొంతమంది గిరిజనేతర మధ్యతరగతి రైతులు గిరిజనుల నుండే భూములు పొందినా వారి శాతం తక్కువ. అధిక మొత్తంలో భూములు స్వాధీనం చేసుకున్నవారే వుంటారు. దీనివల్ల గిరిజనులు వ్యవసాయేతర బీడు భూములు పొందగా, ఇతరులు మాత్రం వ్యవసాయ భూములు పొందారు. భూ బదలాయింపు క్రమ బద్ధీకరణ చట్టాన్ని (లాండ్ ట్రాన్స్ఫర్ రెగ్యులేషన్ యాక్ట్) ఆంధ్రప్రభుత్వం ప్రవేశపెట్టి గిరిజనుల భూములు బదిలీలు కాకుండా చూసేందుకు ప్రయత్నం చేసింది. దీనివల్ల షెడ్యూల్డ్ ప్రదేశాలలో గిరిజనేతరులు గిరిజనుల భూములు తీసుకోవడానికి వీలులేకుండా చేయడమే ఈ చట్టంలోని ఆంతర్యం. దీనివల్ల 1968 తర్వాత అన్ని రకాల బదలాయింపులు చట్టవ్యతిరేకమై తిరిగి వారికి ఇచ్చివేసే ప్రయత్నం జరిగింది. చాలామంది గిరిజనులు ఈ సదుపాయాలు తెలియనివారగుట చేత స్థానిక ప్రభుత్వ అధికారుల నుండి రక్షణ పొందలేక పోయారు. ఇది పెద్ద ఆసాములకు లాభపడింది. చాలాతక్కువ శాతం గిరిజనులు మాత్రం ఈ చట్టం గురించి తెలిసినవారైన తహశిల్దారు, ప్రత్యేక జిల్లా కలెక్టర్ల నుండి వారి భూములు తిరిగి పొందగలిగారు. అయితే ఈ శాతం చాలా తక్కువ.

గిరిజనులతో చేసిన మంతనాల వల్ల తెలిసిన విషయమేమంటే ఈ చట్టం ద్వారా రాష్ట్ర ప్రభుత్వ ఒత్తిడి స్థానిక అధికారులపై వుండేసరికి ఐదు ఎకరాల కంటే తక్కువ ఎకరాలు గల రైతులపై ఈ చట్టం ప్రయోగించారు. అధిక మొత్తంలోని భూస్వాములు, కామందులు మాత్రమే లాభపడ్డారు. వీరు వేరువేరు కారణాల వల్ల స్థానిక అధికారులు, జిల్లా కలెక్టర్ల దోపిడీ వల్ల వీరు మాత్రం భూములు వారి స్వాధీనంలోనే వుంచుకోగలిగారు. గిరిజనేతర భూస్వాములు రాజకీయ, ఆర్థిక బలాన్ని ప్రయోగించి వారివి కాని భూములను కూడా అన్యాయంగా ఆక్రమించుకున్నారు. ఈ విధంగా వలస పాలన అనంతరం (పోస్టుకొలీనియల్) రాజ్యంలో పరిపాలనా వ్యవస్థ వైఫల్యం చెందింది. దీనివల్ల అసంతృప్తి చెలరేగి తద్వారా రాజకీయ ఉద్యమాలకు దారితీసింది. చివరకు ఎంతో మేలు చేసే ఆలోచనతో సాంఘిక అసమానతలు కలిగించి గిరిజనుల సంబంధాలను దెబ్బతీశాయి.

ఇది వారిలో ఒక రకమైన అభద్రతా భావాన్ని కల్పించి గిరిజనులకు, గిరిజనేతరులకు మధ్య విద్వేషాలను సృష్టించింది.

వ్యవసాయ సాగులో వివిధ విధానాల వల్ల గిరిజన, గిరిజనేతరుల మధ్య ఆర్థిక అసమానతలను తెచ్చిపెట్టింది. గిరిజనేతరులు మిక్కిలి సారవంతమైన భూములను పొందగలిగారు. వారికి సాగునీటి వసతి కూడా వున్నది. ఫిల్టర్ పాయింట్లు, బోర్లు, పంపుసెట్లు వుండగా, గిరిజన రైతులకు చాలామందికి ట్యాంకులుగాని, పంపుసెట్లు గాని బోరుబావులుగాని లేవు. సాగునీటి వనరులు లేకపోవడం వల్ల వీరికి దిగుబడి చాలా తక్కువగా వచ్చేది.

అదే సమయంలో మోతుబరి రైతులు మాత్రం రెండు ఆర్థిక పంటలను పండించుకొని అధిక మొత్తంలో లాభాలు పొందగలిగారు. ప్రభుత్వం సమకూర్చిన నీటిపారుదల వనరులు గిరిజనులకు దక్కలేదు. ఉదాహరణకు ట్యాంకు నీటివనరు గిరిజనేతర సంపన్న వర్గానికి మాత్రమే అందుబాటులో వున్నది. ఎందుకంటే వారి భూములు కాలువలకు దగ్గరగా వుండడమే కారణం. దాదాపుగా గిరిజన రైతుల అందరి భూములు కాలువ చివరిలో ట్యాంకు సదుపాయం లేని చోట మాత్రమే వున్నాయి. ప్రభుత్వ పథకాలు వీరికి చేరడానికి పైరవీకారులు లేదా మధ్యవర్తుల ద్వారా చేరడమొక్కటే మార్గం. ఎన్నో పథకాలు ప్రవేశపెట్టినప్పటికీ అవి కొంతమంది గిరిజనులకు మాత్రమే చేరేవి.

వివిధ పరిశోధనలలో వ్యవసాయంపై పెట్టిన పెట్టుబడులు, తద్వారా వారు పొందిన లాభాలు గిరిజనుల, గిరిజనేతరుల మధ్య పెద్ద అగాధాన్ని సృష్టించినట్లు తేలాయి. కడుబీద గిరిజన కుటుంబాలు సంవత్సరానికి 500/-రూ. తక్కినవారు 1000/-రూ. ఖర్చు చేశారు. దీనికి విరుద్ధంగా గిరిజనేతర భూస్వాములు 2000 నుంచి 10,000 అంతకంటే ఎక్కువ ఖర్చు చేశారు. వినియోగంలో కూడా చాలా వ్యత్యాసాలున్నాయి. గిరిజనులంతా రైతులపై ఆధారపడ్డ అంశం కోత సమయంలో ఎరువులకై గిరిజనేతరులపై ఆధారపడటం అనివార్యమయినది. ఇది మరలా కోత సమయంలో వసూలు చేయుట చేత గిరిజనులకు మిగిలేది చాలాతక్కువ. సరైన సమయంలో తిరిగి చెల్లించక పోవడం వల్ల తర్వాత సంవత్సరానికి వడ్డీ పెరిగిపోయి తిరిగి చెల్లించడంలో చాలా కష్టపడవలసి రావడం లేదా కూలీలుగా చేరి ఊడిగాలు చేసి అప్పుతీర్చే పరిస్థితి నెలకొన్నది.

చాలా సందర్భాలలో గిరిజనులు ధాన్యం విత్తనాల ధరలధికంగా వున్నప్పుడు కొనుటం, తిరిగి పంట చేతికొచ్చిన తర్వాత తక్కువ ధరలలో అమ్ముకోవడం వల్ల రెట్టింపు నష్టాన్ని చవిచూడవలసి వచ్చేది. ఈ విధంగా సంపన్న గిరిజనేతరులు ఆవులు, పనిముట్లు,

పంపుసెట్లు మొదలైనవి పుష్కలంగా సమకూర్చుకోగలిగారు. కాని గిరిజనులు మాత్రం మట్టి గుడిసెలలో వారి జీవన విధానాన్ని దుర్భరంగా సాగించేవారు. ఈ విధమైన గిరిజన జీవన విధానంలోని పతనస్థితి రెండు దశాబ్దాలుగా సాగుతున్నది. పెద్ద భూస్వాములైన గిరిజనేతరులు విడిపోయి, వారి లాభాలను వ్యవసాయ పరిశ్రమలు (ఆగ్రో ఇండస్ట్రీలు), బస్సులు, కమీషన్ ఏజన్సీలు, చిన్న చిన్న వ్యాపారాలపై పెట్టి విశేషంగా లాభపడ్డారు. వీరు అధికశాతం వడ్డీకి డబ్బిచ్చేవారు. గిరిజనులు మాత్రం వేతనం లేని వెట్టి చాకిరి చేసుకుని పొట్టపోసుకునేవారు. ఈ పెద్ద తేడాలే రాజకీయ ఉద్యమాలకు దారితీశాయి.

భారతదేశంలో స్వాతంత్ర్యానంతర కాలంలో అభివృద్ధి విధానంలో విశేష మార్పులు వచ్చాయి. గిరిజనుల వనరులను దోచుకోవడం, సాంప్రదాయ జీవన విధాన పతనం. అన్నీ కలిసి భూమి అన్యాక్రాంతం కావటం, భూస్వాములు కూలీలను అతి తక్కువ వేతనాలకు పని చేయించుకోవడానికి దారితీశాయి. ఈ కారణాలన్నీ గిరిజనేతరులపై, ప్రభుత్వంపై ఉద్యమాలు చేయడానికి దారితీసింది. పర్యవసానంగా తీవ్రవాద రాజకీయ ఉద్యమాలు విశేషంగా గిరిజన ప్రాంతాలలో చెలరేగాయి. ఈ ఉద్యమాలన్నిటిలో రెండు ముఖ్య అంశాలను చూడవచ్చు. భూకబ్జాలపై తీవ్ర అసంతృప్తి వల్ల సి.పి.ఐ(ఎమ్) నాయకత్వంలో గిరిజన తిరుగుబాట్లు జరిగాయి. వీటిలో వరంగల్లు కరీంనగరు, ఖమ్మం జిల్లాలు ప్రథమంగా ప్రభావితం చెందాయి. ఈ ఉద్యమం ఆదిలాబాదుకు వ్యాప్తి చెంది గోండుల తిరుగుబాట్లకు దారితీసింది.

గిరిజనుల సామాన్య సమస్య ఏ విధంగా ఉద్యమానికి దారితీసిందో అదే సమస్య శ్రీకాకుళంలో కూడా ఉద్యమాన్ని రేపింది. ఋణదాతల చొరబాట్లు, గిరిజన ఆర్థికస్థితిని వ్యాపారం చేయటం, గిరిజనుల భూములు పోగొట్టుకొని వారు వెట్టిచాకిరికి లోనవటం, ప్రభుత్వ సహాయాలలో లోపం ఇవన్నీ ఉద్యమానికి కారణాలు. ఈ ఉద్యమాలు, ఉద్యమ లక్షణాల పరిశోధన వివరాలు క్రింద ఇవ్వబడ్డాయి.

1970,80లలో ఖమ్మం జిల్లాలోని ఇల్లెందు, భద్రాచలం, నాగూరు, కొత్తగూడెం తాలూకాలు, కరీంనగర్ మంథని, ఎల్లవరం మరియు తూర్పుగోదావరిలో రంపచోడవరం తాలూకాలలోని కొండ, అటవీ భూములలో ఉద్యమం పుట్టి తీవ్రరూపం దాల్చింది. ఈ ప్రదేశాలలో శ్రీకాకుళం కంటే అత్యధిక దట్టమైన అడవులుండి సి.పి.ఐ(ఎమ్ఎల్) పార్టీ సభ్యులు పోలీసుల నుండి దాక్కొనే విధంగాను ఉద్యమాలు సమవర్ధవంతంగా నెరపడానికి ఉపయోగపడ్డాయి. రెండవది ఖమ్మం, భద్రాచలం, తూర్పుగోదావరి జిల్లాలలోని అటవీ

ప్రాంతాలలో గిరిజనుల ఆర్థికస్థితి అధిక మొత్తంలో వున్నది. ముందు చెప్పిన ప్రదేశాలలో వెదురు, బీడీ ఆకులు, టేకు కలప అధికమొత్తంలో లభ్యమయ్యే ప్రదేశాలు. ఇక్కడ వెదురు విలువ రూ. 1,74,746/-గా, మరియు బీడి రూ. 6,98,777/- గా, 1967-68 ప్రాంతంలో భద్రాచలం ఒక్కచోటే నమోదైంది. అయితే ఖమ్మం జిల్లా భద్రగిరి, మరియు శ్రీకాకుళం జిల్లా సీతంపేట గిరిజన ప్రాంతాలలో పంటలు లాభదాయకంగా ఉన్నట్టు తెలిసింది. ఈ సంపదను దోచుకోవడానికి ప్రయత్నిస్తున్న వ్యాపారస్తులకు మరియు అటవీ కాంట్రాక్టర్లకు మధ్య వైషమ్యాలకు దారితీసింది.

మూడవది ఆంధ్ర నక్సలైట్ నాయకులు పశ్చిమ బెంగాలులోలాగ కాకుండ 1960లలో ఒక ప్రత్యేక పంథాలో ఉద్యమాన్ని నడిపారు. తరిమెల నాగిరెడ్డి, చంద్ర పుల్లారెడ్డి డి.వి.రావు లాంటి సి.పి.ఐ నాయకులు ఈ ఉద్యమానికి నేతృత్వం వహించారు. ఇది గిరిజన రక్షణ ఉద్యమమని అనే సిద్ధాంతాన్ని ప్రవేశపెట్టారు. దీని ద్వారా ప్రజా చైతన్యం మరియు భూవ్యత్యాసాలను పరిగణనలోకి తీసుకోవడం జరిగింది. ఈ నాయకులు 1968లో ఒక కో-ఆర్డినేషన్ కమిటీ ఆఫ్ కమ్యూనిస్ట్ రివల్యూషనరీ పేరిట స్థాపించి 30 జూన్ నాడు బుర్ద్వాన్ సమావేశంలో ఆంధ్రప్రదేశ్ రివల్యూషనరీ కమ్యూనిస్టు కమిటీ (ఎపిఆర్‌సిసి)ని స్వతంత్ర ప్రతిపత్తిగల సంస్థగా నెలకొల్పారు. దీన్ననుసరించి తెలంగాణ, రాయలసీమ కోస్తా ప్రాంతాలలో ఉద్యమానికై సర్క్యులర్ జారీచేశారు. తెలంగాణ ప్రదేశాన్ని అంటివున్న ఖమ్మం, కరీంనగర్, వరంగల్లు, మరియు గోదావరి అటవీ ప్రాంతాలలో ఈ పార్టీ పెద్ద ఉద్యమాన్ని నడుపుటలో సఫలమైనది. ఈ ఉద్యమం ఎపిఆర్‌సిసి నేతృత్వంలో రెండు దశలలో సాగింది. ఉద్యమ వ్యాప్తి, తీవ్రదశ-ఇందులో ప్రజల భాగస్వామ్యం చాలా అధికంగా ఉన్నది.

మొదటి దశ: 1960లలో సన్నాహదశ

1968 జూలై 1న ఖమ్మం జిల్లాలోని పార్టీ శాఖ డిస్ట్రిక్ట్ కో ఆర్డినేషన్ కమిటీని ఏర్పాటు చేసి వారి నేతృత్వంలో అన్ని భవిష్యత్ కార్యాచరణలు సక్రమంగా సాగే ప్రయత్నాలు చేశారు. ఈ కమిటీ భూర్గంపాడు, ఇల్లెందు, పాల్వంచ తాలూకాలలోని గిరిజనులను ఉద్యమానికి సమీకరించగలిగింది. వీరు సమావేశాలు జరపటం, పార్టీ సాహిత్యాన్ని పంచిపెట్టడం, తెలంగాణ సాయుధ పోరాట వైభవాన్ని చాటటం ద్వారా జనాలను ఆకర్షించారు. 1970ల్లో పార్టీ ప్రత్యేకంగా సంస్థాగత యూనిట్లను, శాఖలను నెలకొల్పి గిరిజనులతో విశేష సంబంధాలు పెట్టుకుంది. పోరాటాలు ప్రత్యేకంగా ప్రజల ఆర్థికపరమైన

డిమాండ్లపై న్యాయపరంగాను, పార్టీ ప్రచారపరంగా ఉద్యమాలను నెలకొల్పారు. ఇది క్రమంగా పాక్షిక ఉద్యమాల నుండి చివరకు గొరిల్లా యుద్ధ రీతులలో సాయుధ పోరాటానికి దారితీసింది. ఈ గోరిల్లా యుద్ధ విధానాన్ని అణచలేని విధంగా కొండలు, గుట్టలు, దట్టమైన అడవులను ప్రాంతీయ గిరిజనుల సహాయాన్ని తీసుకొంటూ పోలీసులకు వ్యతిరేకంగా సాయుధ పోరాటానికి తెరలేపారు. ఈ విధంగా గొరిల్లా స్థావరాలను ఏర్పరచి తీవ్ర వత్తిడిని తట్టుకునే విధానాలను ఏర్పరచారు.

1960ల్లో ఎపిఆర్సిసి గిరిజన ప్రదేశాలైన వరంగల్లు, ఖమ్మం, కరీంనగర్ మరియు తూర్పుగోదావరి జిల్లాలలో చురుకైన పాత్ర పోషించినట్లు, గొరిల్లా స్థావరాలను నెలకొల్పడంలో సఫలీకృతమైనట్లు తెలుస్తున్నది. ఈ ప్రదేశాలలో గిరిజనుల సహాయం అధికంగా వున్నది. వీరి కార్యకలాపాలు మూడు సంవత్సరాల్లో ఏకంగా 1,200 మైళ్ళు విస్తరించినట్లు నిర్ణయించారు. ఈ సంస్థ 1992 అమరవీరుల పేరిట ఒక బుక్‌లెట్‌ను ప్రచురించింది. దీని ప్రకారం పార్టీలో 200మంది సభ్యులు, ఆయుధాలు మరియు అనేక మంది గిరిజనుల కోసం జీవితత్యాగం చేసిన వారున్నట్లు ప్రచురించింది. దీని పర్యవసానంగా ఆంధ్ర ప్రదేశ్ ప్రభుత్వం వరంగల్లులోని నరసంపేట మరియు ములుగు తాలూకాలను ఖమ్మంజిల్లాలోని ఇల్లెందు తాలూకాలను డిస్టర్బ్ ఏరియాగా తీర్మానించారు.

తెలంగాణ సాయుధ పోరాటం తర్వాత అనేక వామపక్ష ఉద్యమాలు ముఖ్యంగా వేంకటేశ్వరరావు, ఎమ్. శ్రీనివాసరావు ఖమ్మం, ఆదిలాబాదు అడవులలో గిరిజనులలో నివాస మేర్పరుచుకొని, వారి భాషను నేర్చుకొని వారిని అక్షరాస్యులుగా చైతన్యపరిచారు. వారు రైతువారి కూలీసంఘాన్ని ఏర్పాటు చేశారు. దీని మూలంగా ఉగ్రరూపంలో భూస్వాములపైన, ఋణదాతలపై దాడులకు ప్పాలడగా, 1970లో ప్రభుత్వం ఈ ప్రాంతాన్ని అలజడి ప్రాంతంగా తీర్మానించింది. తర్వాత ఈ ఉద్యమం పిప్పల్‌ధరని మరియు దిన్నెరకు (ఆదిలాబాదు, ఖమ్మం జిల్లాల సరిహద్దు) వ్యాపించింది.

ఇక్కడ గిరిజనులు అటవీ గార్డులు, వ్యాపారస్తులు, భూస్వాములపై దాడులు జరిపి వారి పంటలను నాశనం చేశారు. అధిక మొత్తంలో వెట్టి కూలీలు, బీడీ కార్మికులు, వ్యవసాయ కూలీలు ఈ ఉద్యమంలో పాల్గొన్నారు. దీని కోసమని సంఘం ప్రత్యేక ప్రణాళికను రచించింది. ఆటపాటలు, సాంస్కృతిక కార్యక్రమాలు గిరిజన భాషలలోనే ఏర్పాటుచేసి భూస్వాములు, ఋణదాతల అరాచకాలను ప్రచారం చేశారు. జననాట్యమండలిని ఏర్పరచి సాంస్కృతిక కార్యక్రమాలను విస్తృత పరచారు. పాటల ద్వారా జనాలను చైతన్యపరిచి వారు కోల్పోయిన భూములు ఏ విధంగా పొందాలనే

కార్యరూపాన్ని బోధించాయి. గిరిజనులు ఉద్యమాకరులకు తిండి, వసతులనిచ్చి ఆదుకున్నారు. అయితే పోలీసుల పహార వల్ల ఈ సమావేశాలు పగలు కాక రాత్రిపూట జరిగేవి. పోలీసుల అమానుషత్వం, భూకబ్జాలు, న్యాయపరమైన లొసుగులు అన్నీ కలిసి గిరిజనులను ఈ ఉద్యమంలో చేరేటట్లు చేశాయి.

రెండవదశ: ప్రజా ఉద్యమం

రెండవది మరియు ఉగ్రమైన ఉద్యమంగా పేరు పొందిన ఇంద్రవెల్లి సన్నివేశం 1980లో జరిగింది. భూకబ్జాపై గిరిజనులు ఉద్యమాన్ని రేపగా గిరిజనుల గుంపుపై పోలీసు కాల్పులకు తెరలేపారు. ఈ దశలో ఈ ఉద్యమానికి రెండు లక్ష్యాలున్నాయి. అవి ప్రజాభాగస్వామ్యం మరియు హింసాప్రేరణ. న్యాయపరమైన మరియు రహస్య కార్యకలాపాలను అనుసరించి గిరిజనులు ఉద్యమించారు. 1980 దశకం మొదట్లో సంఘం మార్గదర్శకంలో ప్రజా కోర్టులను ప్రవేశపెట్టి గిరిజన, గిరిజనేతరులను సభ్యులను చేసి భూవివాదాలు, మరియు గిరిజనులకు జరగవలసిన న్యాయపరమైన మేలును గూర్చి ప్రయత్నం చేశారు.

గిరిజనేతరులకు సంబంధించినదైనప్పటికి వారి నుండి భూములను లాక్కొనైనా గిరిజనులకు కట్టబెట్టారు. ప్రజాకోర్టులు కొన్ని సందర్భాలలో అతి కఠినమైన శిక్షలుగా చెప్పబడే చేతులు నరకటం వంటి శిక్షలు వేశాయి. పేద గిరిజనేతరులు గిరిజనులకు భూములను తిరిగి యిప్పించే ప్రయత్నంలో ప్రభుత్వానికి అర్జీలు కూడా పెట్టి కొన్ని కేసులలో సఫలీకృతమైయ్యారు. ఈ విధంగా అనేక భూవివాదాలు అతి శీఘ్రంగా పరిష్కరించగలిగారు. ఈ విధానాలన్నీ ప్రభుత్వాన్ని ఒక చట్టం చేసేలాగా చేసి గిరిజన భూములను గిరిజనేతరులు తీసుకొనే వీలు లేకుండా చేసింది. కొన్ని కేసుల విషయంలో పోలీసులు కూడా ప్రజా తీర్పులలో పాల్గొనేవారు. 1983లో దాదాపుగా 33,499 ఎకరాలకుగాను 4714 భూకబ్జా కేసులను పరిష్కరించగలిగారు. 1995లో ఖమ్మం, అదిలాబాదులలో పెండింగులో వున్న క్రమంగా 22,585 కేసులను పరిష్కరించారు. అయితే అన్ని ప్రాంతీయవర్గాలవారిని ప్రభావితం చేసే స్థానిక భూస్వాములను మాత్రం కోర్టులు ప్రభావితం చేయలేకపోయాయి. స్థానిక సాంప్రదాయ పంచాయితీల ద్వారా భూస్వాములు గిరిజనులను దోచుకున్నారు.

ఇక ఉద్యమంలో రెండవ అంశం, విద్యార్థులు మరియు కూలీలు ఉద్యమంలో పాల్గొని హింసకు పాల్పడటం. వీరి నేతృత్వంలో గిరిజనులు భూపన్నులను కట్టడానికి

నిరాకరించి ఎక్కువ వేతనాల చెల్లింపుల కోసం ఆసిఫాబాదు మరియు భద్రాచలం తాలూకాలలో ఉద్యమించారు. మొట్టమొదటి గిరిజన రైతుకూలీ సంఘం మహాసభ ఇంద్రవల్లిలో 18 ఏప్రియల్ 1981లో జరిగింది. పోలీసులు ఈ గుంపును చెదరగొట్టడానికి చేసిన ప్రయత్నంలో 13 మంది మరణించగా, ప్రభుత్వం ఈ ప్రాంతాన్ని కల్లోల ప్రాంతంగా ప్రకటించింది. గిరిజనులు బోథ్ మరియు అశ్వారావుపేట తాలూకాలలోని అడవులను సాగుచేసుకున్నారు. ఈ ప్రాంతాలు పూర్వం భూస్వాములు ఆక్రమించుకున్న తాము సాగు చేసుకున్న భూములేనని గిరిజనులు చెప్పారు.

ప్రభుత్వ పథకాలను వ్యతిరేకిస్తూ జరిపిన సమావేశంలో సుమారుగా 3000 మంది జనం పాల్గొన్నారు. అలాగే గిరిజనేతరుల వశంలోనున్న గిరిజనుల పట్టా భూములు తిరిగి పొందే ప్రయత్నం చేశారు. 1984లో గిరిజనులు 300 ఎకరాలు ఆక్రమించుకొని, సత్నల నది మీద సేద్యపు ప్రాజెక్టు నెలకొల్పినందుకు గిరిజనులకు నష్టపరిహారమిప్పించ వలసినదిగా డిమాండు చేశారు. కాని వారికొచ్చిన పరిహారం చాలా తక్కువగానే ఉన్నది. అటవీ గార్డులపై హింసలకు పాల్పడి అటవీ భూములను తిరిగి ఆక్రమించు కోవడమన్నది ఈ కాలమంతా సాగింది. ఇది చివరకు సాయుధ పోరాటానికి కూడా దారి తీసింది. 1985లో మార్టర్స్ రోజున ఇంద్రవల్లిలో రెండవ గిరిజన మహాసభ ఏర్పాటయింది. మొదటిలో టి.డి.పి. ప్రభుత్వం సమావేశానికి అనుమతినిచ్చినా తర్వాత కర్ఫ్యూ విధించి అనేక మంది సంఘం నాయకులను అరెస్టుచేసి అన్ని బస్సు దారులు రహదారులు మూసివేశారు. మహాసభ జరిగినప్పటికి అనుకున్న విధంగా కాక తక్కువ సంఖ్యలో జనం వచ్చారు.

1980ల్లో ప్రత్యేకంగా ఆదిలాబాదులో కరువు ప్రబలి అధికమొత్తంలో జనాభా మరణించడమైనది. ఇది ఈ పరిస్థితులను ఇంకాస్త ఉద్రేకపరిచింది. కృష్ణా, ప్రకాశం, తూర్పుగోదావరి, కరీంనగర్, నిజామాబాదు జిల్లాల నుండి ఉపాధి కోసం అధిక మొత్తంలో వలసలు జరిగాయి. జనాలంతా ఇలా వలసలుపోయి పట్టణాలలో ఉద్యోగాలు జీవనోపాధి పొందలేక అనేక మంది మృత్యువాత పడ్డారు. ఉట్నూరు, వంకాడి, భద్రాచలం తాలూకాల్లో శాంతి భద్రతలను కాపాడటంలో ప్రభుత్వం విఫలమైంది. ఈ సమయంలోనే 200 మంది గిరిజనులు ఆహారధాన్యాల దాడులకు పాల్పడ్డారు.

ఉద్యమంపై ప్రభుత్వ ప్రతిచర్య

ఆంధ్ర ప్రదేశ్ ప్రభుత్వం ఈ ఉద్యమంపై ఒక్కొక్కసారి ఒక్కోవిధంగాను అధికారంలో ఉన్న ఒక్కోపార్టీ ఒక్కోరీతిలో స్పందించింది. కాంగ్రెస్ ప్రభుత్వం గిరిజనులపై బలగాలను

ప్రయోగించి ఉద్యమాన్ని అణగద్రొక్కడానికి చూసింది. గిరిజనేతరులు ఆక్రమించుకున్న గిరిజన భూములను వారికే ఇచ్చి వేయడానికి ప్రభుత్వం ప్రయత్నం చేసినప్పటికీ బలమైన గిరిజనేతరులు కోర్టునుండి స్టే ఆర్డరు తెచ్చుకోగలిగారు. అలాగే అనేక ఉపాధి పథకాలు, సాంఘిక సంక్షేమ పథకాలు, గిరిజనుల పేరిట గిరిజన సమగ్రాభివృద్ధి సంస్థ (ఐ.టి.డి.ఎ)లు నెలకొల్పి భూములను తిరిగి షెడ్యూల్డు గిరిజనులకు యిప్పించే ప్రయత్నం చేసింది. కాని ఈ సదుపాయాలు ఏవీ చాలామంది గిరిజనులకు చేరలేదు. పోలీసులు, ఫారెస్టు గార్డులు ఈ ఉద్యమాన్ని అణచివేయడానికి శాయశక్తులా ప్రయత్నించారు. దీనికి తోడు టాడా చట్టం ఏర్పడి అనేకమంది ఉద్యమకారుల ఇళ్ళు తగలబెట్టి గిరిజనులను చంపడం కూడా చేశారు. అరాచకాలకు వ్యతిరేకంగా జీతాలు పెంచమని సమ్మె చేస్తున్న స్థానిక పరిశ్రమలలో పనిచేస్తున్న కూలీలకు వేతనాలు రద్దుచేశారు.

ఉగ్రరూపం దాల్చిన గిరిజనోద్యమాన్ని టిడిపి ప్రభుత్వం 1980 రెండవ దశలో అణగదొక్కి వేసింది. గిరిజన సంఘం అధ్యక్షుడు పి.రాజును జాతీయ భద్రతా చట్టం(ఎన్.ఎస్.ఎ) కింద అరెస్టు చేసింది. వీరి ఉద్యమానికి కారణమేమంటే 1984లో చెన్నూరు తాలూకాలో నిర్వహించిన సమావేశంలో టెండు ఆకుల కాంట్రాక్టర్లకు అటవీ అధికారులు గిరిజనులను అడవులలోనికి రాకుండా చేసినందుకు వ్యతిరేకంగా చేసిన ఉద్యమం.

1983 ఆగస్టులో ఆదిలాబాదు, ఖమ్మం జిల్లాలలో పోలీసు క్యాంప్ నిర్వహించి అధిక వేతనాలడుగుతున్న గిరిజనులపై కాల్పులు జరిపారు. అనేక చోట్ల పోలీసులు కాంట్రాక్టర్లతో కుమ్మక్కై గిరిజనుల ఇళ్ళను వారి వస్తువులను ధ్వంసం చేశారు. ప్రభుత్వం కూడా సిఆర్‌పిఎఫ్ లేదా ప్రత్యేక పోలీసు బలగాలను దింపి తీవ్రమైన దాడులు చేసి ఉద్యమకారుల్ని అనేక మందిని చంపించింది. 160మందిని ఒక గ్రామం నుండే అరెస్టు చేయించింది. అనేక చోట్ల అనేకమందిని కాల్చి చంపి రికార్డులలో ఎన్‌కౌంటర్‌గా పేర్కొనడం జరిగింది.

కొత్తగా ఏర్పడ్డ చెన్నారెడ్డి ప్రభుత్వం గిరిజనులకు న్యాయం జరిపిస్తానని చెప్పి చివరకు పోలీసులచేత అణగత్రొక్కించింది. నివేదికల ప్రకారం 7000మందిని అరెస్టు చేయించింది. అలాగే 15000 పోలీసు బలగాలలో 7000 మంది స్పెషల్ పోలీసు ఫోర్సు, 7000 మంది కానిస్టేబుల్స్ మరియు సబ్ ఇన్‌స్పెక్టర్లను రంగంలోకి దింపింది.

ఈ ఉద్యమం 1990 మొదటికల్లా తగ్గుముఖం పట్టింది. గిరిజనుల నిజమైన హక్కులుగానీ, జీవన విధానాలుగానీ, వారికి జరిగిన అన్యాయాలుగాని, వారి సమస్యలుగాని పరిష్కరించనంతవరకు ఇలాంటి ఉద్యమాలు జరుగుతూనే ఉంటాయి.

ముగింపు :

ఈ విధంగా భూ ఆక్రమణ గిరిజనుల చేత ఎంత తీవ్రమైన ఉద్యమాలను రగిలించాయో చూశాము. ఇప్పటికీ ఈ ప్రాంతాల్లో గిరిజనులపై అరాచకాలు కొనసాగుతూనే ఉన్నాయి. ఈ భూవివాదాలన్నవి ఆదిలాబాదు, ఖమ్మం జిల్లాలలో ఎడతెగని సమస్యగా మారాయి. 1940, 50 దశకాల్లో జరిగిన తెలంగాణ సాయుధ పోరాటం యొక్క ప్రభావమే ఈ ప్రాంతాలలో విశేషంగా కనిపిస్తున్నది. గిరిజనులకు నాయకత్వ లోపం వల్ల 1960 దశకం చివరి వరకు వారి ఉద్యమాలలో ప్రత్యేకమైన చైతన్యం లేదు. నక్సలైట్ ఉద్యమం 1969లో మొదలై ప్రభుత్వాధికారాన్ని హస్తగతం చేసుకోవడానికి తీవ్రమైన ప్రయత్నం చేసింది. ఈ ఉద్యమం ద్వారా గిరిజనులకు సంబంధించిన 3,00,000 ఎకరాల భూములను స్వాధీనం చేసుకోగలిగింది. ఈ విధంగా ఐదు గిరిజన జిల్లాలలో చాలావరకు భూమికి సంబంధించిన అప్పులను మాఫీ చేయగలిగారు. నక్సలైట్ల ఉద్యమం గిరిజనులలో కొంత వరకు మార్పు తేగలిగినా వారి మౌలికావసరాలను తీర్చడంలో సఫలీకృతులు కాలేకపోయింది.

ఈ ఉద్యమాలు రాజకీయ చైతన్యాన్ని గిరిజనులలో పెంపొందింపజేసి వారికి జరిగిన అన్యాయాలపై అవగాహన కల్పించింది. సి.పి.ఐ(ఎమ్ఎల్) మరియు సంఘం కలసి గిరిజనుల కూలీలను రూ.4/- నుండి రూ.6/- కు పెంచగలిగాయి. అలాగే స్త్రీల విషయంలో రూ.2.50/- రూపాయల కూలీ నుండి రూ.4.50/- వరకు పెంచగలిగారు. అలాగే తెండు ఆకుల సేకరణపై 100 ఆకులను 6 పైసలనుండి 11 పైసలకు పెంచగలిగారు. ఇది దాదాపుగా రెట్టింపు. ఈ విధంగా వామపక్ష గిరిజనోద్యమం గిరిజనుల జీవన స్థితిగతులను మెరుగు పరచడంలో సఫలమైనది.

ఉపసంహారము

ఈ పరిశీలనలో ఖమ్మం మరియు ఆదిలాబాదు జిల్లాలలోని గిరిజనుల సామాజిక ఆర్థిక స్థితిగతులు, వారి భూముల కబ్జావిధానాలపై ఒక అవగాహన కల్పించడమైనది. ఈ భూఆక్రమణ గిరిజనులు గిరిజనేతరులపై ఉద్యమం చేసేందుకు దారి తీసింది. 1970-80ల్లో జరిగిన రాజకీయ ఉద్యమాన్ని గూర్చి తెలియజేసే ప్రయత్నము చేయబడింది.

గిరిజనుల సమస్యలను ప్రత్యేక దృక్పథంతోనే చూడాలి. భారతదేశంలో అనేక అణగారిన బీద, సామాజిక వర్గాలున్నాయి. అయినప్పటికీ గిరిజనులు ఎదుర్కొంటున్న సమస్యలు ప్రత్యేకమైనవి. బ్రిటిష్ వలసవాద కాలానికి ముందర ఆంధ్ర ప్రదేశ్‌లోని గిరిజనులు ఎదుర్కొన్న సామాజిక ఆర్థిక బాధలు చాలా తక్కువ. వారు అడవులలోని కలపకొట్టి, వేటాడి, అటవీ సామగ్రిని కొనితెచ్చి అమ్ముకొని జీవించేవారు. సంస్కృతిపరంగా వారి వేషభాషలు కట్టుబాట్లు కూడా చాలా వేరుగా వుంటాయి. 1920 దశకం మొదటి నుండి ఆధునీకరణలో భాగంగా ఆయా ప్రాంతాలలో రోడ్లు నిర్మించుట, గనులు తవ్వుట, వర్తక వ్యాపారాలు పెరిగిపోవుటతో వల్ల వీరి జీవన విధానాలలో ప్రత్యేక మార్పు వచ్చింది. వలస, వలసానంతర కాలంలోని ఆధునీకరణ మూడు అంచల ప్రభావాన్ని చూసింది. అవి-

(1) గిరిజన ప్రజలు నిరక్షరాస్యులగుటచేత ఆధునీకరణలో భాగస్వాములు కాలేకపోయారు.

(2) గిరిజనేతరులు గిరిజనుల భూములను ఆక్రమణలకు గురిచేయటం. ఇవి నిజాం ప్రభుత్వ సమయంలో మొదలై నేటికీ కొనసాగుతున్నవి.

(3) ఇది క్రమంగా రాజకీయోద్యమాలకు దారి తీసింది.

స్వాతంత్ర్యానంతరం రాష్ట్ర, కేంద్ర ప్రభుత్వాలు గిరిజనుల జీవన స్థితిగతులను మెరుగుపరచడానికి ఎంతో కృషి చేసిందనడంలో సందేహం లేదు. వెర్రియర్ ఎల్విన్ హైమన్‌డోర్ఫ్ ప్రభావంతో నెహ్రూ ఒక ప్రణాళికను తయారుచేసి తద్వారా గిరిజన ప్రజలు

ఆర్థికాభివృద్ధిని పొందేలా ప్రయత్నం చేశాడు. అయితే ఇది చాలా కష్టతరమైనదని తెలిసి 1960లో విరమింపజేశాడు. అప్పటి నుండి ప్రభుత్వం గిరిజనులకు సహాయం చేయడానికి ప్రత్యేక పథకాల గురించి యోచించి ఇంటిగ్రేటెడ్ ట్రైబల్ డెవలప్‌మెంట్ ఏజన్సీలు ఏర్పాటుచేసింది. ప్రభుత్వం కూడా సాగుభూమిని గిరిజనులకు పంచిపెట్టి భూ ఆక్రమణలను ఆపే ప్రయత్నమెంతో చేసింది. అయితే ఆచరణలో ప్రభుత్వం సఫలం కాలేకపోయింది. దీంతో గిరిజన జీవనవిధానంలో అలజడి మొదలైంది. ప్రత్యేకంగా వ్యవసాయానికి సంబంధించిన ఆర్థిక విధానాలు దెబ్బతినటం, గిరిజనేతరులు గిరిజన భూములను ఆక్రమించటం వల్ల ఉద్యమాలు మొదలయ్యాయి. ప్రైవేటు ఆస్తి ప్రవేశం వల్ల వారి స్థితి ఇంకాస్త దిగజారింది. భూస్వాములు, ఋణదాతలు, వర్తకులు, షావుకార్ల జోక్యంతో మొదలై, లంచగొండి దళారుల ప్రమేయంతో గిరిజన భూములను గిరిజనేతరులకు బదలాయింపులు చేసి వారిని నిర్వాసితులను చేశారు. ఈ కారణంగా ఆదిలాబాదు, ఖమ్మం, రంపలో తీవ్ర స్థాయిలో ఉద్యమాలు పెల్లుబికాయి.

స్వాతంత్ర్యానంతరం కలప ఆధారిత పరిశ్రమల స్థాపన ఉదాహరణకు పేపరు, టింబరు, ఫర్నిచర్ గిరిజనుల జీవితాల్లో కలతలు రేపాయి. ప్రభుత్వ రెగ్యులేషన్ యాక్టులేవీ ఈ మార్పులు తేలేకపోయాయి. ఒక ప్రక్క అడవులను కొల్లగొట్టుటం, నిషేధం విధిస్తూనే పెద్ద పరిశ్రమలకు లైసెన్సులను ఆదిలాబాదు, ఖమ్మం జిల్లాల్లో ఇప్పించారు. అనేక మంది గిరిజనులు తమ సొంత భూములలోనే వెట్టి చాకిరీ చేసే దుస్థితికి తీసుకువచ్చారు. భూమి నష్టపోవటం మరియు గిరిజనుల ఉద్యమం మధ్య సంబంధాన్ని చూస్తే భూములను తిరిగి స్వాధీనం చేసుకోవడానికి చేసిన ఉద్యమ ఆవశ్యకత తెలుస్తుంది. వాణిజ్య పంటలయిన పత్తి మొదలగువాటి వల్ల గిరిజనేతరులు డబ్బుకోసం వరి భూములలో చొరబడి ఋణాలు తీర్చడానికి గిరిజనుల చేత బలవంతంగా క్యాష్‌క్రాపులు వేయించారు. ఆహార ధాన్యాలకు మాత్రం చాలా ప్రదేశాన్నిచ్చారు. అవి కూడా మార్కెట్‌లో అధిక ధరలకు అమ్మేవారు.

భద్రాచలంలో భూస్వాములు అధికమొత్తంలో భూములను స్వాధీనం చేసుకొని ఆధికారిక, అనధికారిక వ్యవస్థలపై పట్టు సాధించారు. వీరు గిరిజనేతర సన్నకారు రైతులను కూడా గిరిజనులతో సమానంగా చూస్తూ వారి ఆక్రమణధోరణి కొనసాగించారు.

అశ్వారావుపేట తాలూకాలో పరిస్థితి దీనికి కొంత భిన్నంగా ఉంది. భద్రాచలంలో అగ్రకులాలైన రాజులు, కమ్మ భూస్వాములు గ్రామాలను తమ అదుపులో పెట్టుకోగా, అశ్వారావుపేటలో కమ్మ, కాపు భూస్వాములు, మోతుబరి రైతులు గ్రామంలో ఆధిపత్యం

చలాయించారు. అలాగే గిరిజనేతరుల వలసవాద తత్వం కూడా వర్తకంలో మార్పులు తెచ్చింది.

ఉట్నూరు, లక్సట్టిపేటలలో లాగా కాకుండా భూస్వాములు పెద్ద ఎత్తున సేద్యపు భూములు ఆక్రమించుకొని ఆధిపత్యం చెలాయించారు. వీరు దీనికి చట్టపరమైన సహాయాన్ని కూడా తెచ్చుకొని లాభాలు ఆర్జించారు. వీరు గోండులు, లంబాడాల మధ్య వైషమ్యాలు రేపడంలో సఫలీకృతులైయ్యారు. లంబాడా చిన్నకారు రైతుల వల్లే వారి భూములను పోగొట్టుకున్నామని గిరిజన చిన్నకారు రైతులనుకున్నారు. ప్రతి గిరిజన బృందం యితర బృందాలను వారి శత్రువుగా భావించారు. చివరకు ఈ పరిస్థితులలో మోతుబరి భూస్వామి మధ్యవర్తిత్వం వహించి వారి తగవు తీర్చాడు. పరిశోధనలలో తెలిపిన విషయమేమంటే ఈ మోతుబరీ భూస్వాములు గిరిజనులకు భూమి సాగుచేసుకోమని చెప్పి తర్వాత గిరిజనేతరులను ఆహ్వానించి ఆ భూములలో స్థిరపడేటట్లు నాటకమాడారు.

ఈ తాలూకాలలో నల్లరేగడి భూములు పత్తి పండించేందుకనువుగా ఉన్నాయి. ఇందులో అధికమొత్తంలో దిగుబడినిచ్చే పంటలు వేయవచ్చు. ఈ భూముల్లో పండిన ప్రత్తి నాణ్యమైన రకం. కాని గిరిజనులు మాత్రం వారి భూములను కోల్పోయి అత్యధిక లాభాలిచ్చే పంటలు పండించలేక, వారి భూములలోనే వారు కూలీలుగా పనిచేయవలసి వచ్చింది. గిరిజన వ్యతిరేక ప్రభుత్వ పథకాల వల్ల ఈ సమస్యలింకా అధికమయ్యాయి. తప్పుడు ఋణ నియమాలు, వ్యవసాయం, ఎరువులలో ఆధునిక పద్ధతుల ప్రవేశం వల్ల గిరిజనుల జీవితంలో చీకటి దశ మొదలైంది. అనేక రకాల విధానాలన్నీ కలసి భూములున్న చిన్నపాటి రైతులు వారి మొత్తం భూములు కోల్పోయి నిర్వాసితులైపోవలసి వచ్చింది.

అలాగే స్వాతంత్ర్యానంతరం ప్రభుత్వం కూడా వలసవాద పద్ధతులనే అవలంబించింది. రాజ్యాంగపరంగా కొన్ని మార్పులు తెచ్చినప్పటికీ దోపిడీవర్గాలకు మేలు చేసే చర్యలనే విశేషంగా చేపట్టింది. గిరిజనుల హక్కులను కాపాడునెపంతో చేసిన చట్టాలు గిరిజనేతరులకు గిరిజనులను దోచుకోవడానికి యింకా అవకాశాన్నిచ్చాయి. ప్రభుత్వ ఖజానా నిండడానికని గిరిజన భూములలోకి గిరిజనేతరులను అనుమతించింది. ఈ గిరిజనేతర వర్తక, వ్యాపారస్తుల చొరబాట్ల వల్ల గిరిజనులు వారి భూములు కోల్పోయి నిర్వాసితులయ్యే పరిస్థితి తెచ్చి పెట్టింది.

ల్యాండ్ సర్వే, సెటిల్‌మెంట్లలో లోపాలు, క్రమబద్ధతలేని భూనిర్వహణ, ఒకదానికొకటి పొంతనలేని నిబంధనలను ప్రవేశపెట్టటం, గిరిజనులపై ఎలాంటి సానుభూతి లేకుండా గిరిజనేతరుల పట్ల పక్షపాత వైఖరి చూపటం, న్యాయపరమైన

జాప్యాలు, కష్టతరమైన విధానాలు వెరసి ఇవన్నీ పాలనా సంబంధమైన లోటుపాట్లు, నిబంధనలోని అనేక అవకతవకలు ఎన్నో ఇక్కట్లకు గురిచేశాయి. ఇది ప్రత్యేకంగా గిరిజనేతరులకు మేలు చేసేందుకే ఏర్పడిన నిబంధనావళి అయినప్పటికీ యిన్ని లొసుగులున్నాయి. భూసంబంధిత రికార్డులు పరిశీలించి 1980లో భూ దురాక్రమణ యాదృచ్ఛికంగా జరిగింది కాదని ఇది గిరిజనేతరుల తీవ్ర కృషి వల్ల జరిగిందని తెలుస్తున్నది. 1990లో సంబంధిత ల్యాండ్ రికార్డులలో గ్రహించిన విషయమేమంటే గిరిజనుల భూములు గిరిజనేతరులకు బదలాయింపబడ్డాయని, భూములు కొంత మంది ఆధిపత్యంలో వున్నట్లు ఈ రికార్డులు తెలియజేస్తున్నాయి. అలాగే గిరిజనేతరులు యితర ప్రదేశాల నుండి గిరిజన భూములకు వలసవచ్చి స్థిరపడుట చేత భూసంబంధాలలో విశేష మార్పు తెచ్చిపెట్టింది.

ప్రభుత్వ పరంగా భూ దురాక్రమణలు ఆపడానికి అవకాశం లేకపోయింది. దానికి తోడు ప్రభుత్వ పథకాలేవీ గిరిజనులకు మేలు చేయలేకపోయాయి. ప్రభుత్వపరంగా ఈ సమస్యలు పరిష్కారానికి రాకపోవడమనే కారణంగా మధ్యవర్తులు తయారు అవ్వడానికి అవకాశమిచ్చింది.

ఈ విధానం వల్ల గిరిజనులు, చిన్నకారు గిరిజనేతరులంతా పెద్ద భూస్వాములపై ఆధారపడి వారి సమస్యలను పరిష్కరించుకునే ప్రయత్నం జరిగింది. అందువల్ల ప్రభుత్వ యంత్రాంగం గిరిజనేతర భూస్వాములకు బాసటగా నిలిచి వారి దౌర్జన్యాలను కొనసాగించే వీలును కల్పించినట్లైంది.

1970 దశకంలోని సి.పి.ఐ (ఎమ్ఎల్) నాయకత్వంలోని గిరిజన ఉద్యమాలను ప్రభుత్వం శాంతి భద్రతల సమస్యగా చూసిందే తప్ప వాస్తవాన్ని గ్రహించలేదు. నిజానికి వారి కష్టాలకు నిదర్శనంగా ఈ ఉద్యమం రూపుదాల్చుకున్నది. ఆధునీకరణ విధానాలు గిరిజనుల హృదయాలలో రాజకీయ చైతన్యాన్ని కలిగించాయి. అయితే వారికి రావలసిన భాగం మాత్రం రాలేదు.

ఈ ఉద్యమం గిరిజనుల జీవితాలలో ప్రత్యేకంగా ఆదిలాబాదు జిల్లాలో ఏమైన చెప్పుకోదగ్గ సానుకూలమైన మార్పు తెచ్చిందా అన్నది ముఖ్యం. గిరిజనులు వారి భూములు కొంత వరకు తిరిగి పొందగలిగారు. వారు 300000 ఎకరాల భూములను తిరిగి పొందగలిగారు. చాలా వరకు భూములు వారి ఆధీనంలోకి వచ్చాయి. పూర్వం ప్రభుత్వం అధిక మొత్తంలో భూములు యిచ్చినప్పటికీ స్థానిక భూస్వాముల బలంతో కోర్టునుంచి స్టే ఆర్డరు తెప్పించుకొని వారి అధీనంలోకి తీసుకోగలిగారు. సంఘం సహాయంతో

గిరిజనులు మోతుబరి భూస్వాములైన మాధవరావు వంటి వాళ్ళ భూములను గిరిజనులు వశం చేసుకోగలిగారు. ఐతే కొన్ని చోట్ల పోలీసులు జోక్యం చేసుకొని తిరిగి ఆయా భూములను గిరిజనేతర భూస్వాములకు కట్టబెట్టారు.

గిరిజనుల అవసరాలను తీర్చడమనే నెపంతో ఏర్పాటు చేసిన కనీస వేతన చట్టంలో చాలా అవకతవకలున్నాయి. గిరిజనులకు ఇది వరకు రూ.600/- మరియు రెండు జొన్నల సంచులకు బదులు 1300 మరియు జొన్నబస్తాలు యివ్వడమైనది. చాలా మంది వెట్టిచాకిరీ కూలీలను సంఘం విముక్తి చేసి, 200/- వేతనాన్ని రూ.400/-కు పెంచగలిగింది.

తెండు ఆకులు, పత్తి, కలప, ఇతర అటవీ పదార్థాలకు కాంట్రాక్టర్లు అధిక మొత్తంలో ఇవ్వక తప్పలేదు. అయితే ధరలు ముందుగానే ప్రభుత్వం నిర్ణయించినా గిరిజనులు వాటిని పొందలేకపోయారు. కాని ఇప్పుడు పై కాంట్రాక్టర్లకు సరుకును సరైన ధరకు అమ్ముకోగలిగారు. భూస్వాముల దౌర్జన్యం, ఋణదాతలు, పోలీసుల జోక్యాలు కూడా ఉద్యమం వల్ల తగ్గాయి. గిరిజనులలో ఈ ఉద్యమం వారి హక్కులపై అవగాహన కల్పించింది. రాజకీయ చైతన్యం కూడా యీ ఉద్యమం ద్వారా పెరిగి గిరిజనులో ఆత్మస్థైర్యాన్ని నింపింది.

గిరిజన తెగలు వారి ఆచార వ్యవహారాలను, వారి గౌరవాన్ని పెంపొందించుకునే ప్రయత్నాలు చేశాయి. గిరిజనులు ఇతర తెగలవారితో పోటీపడి ధైర్యంగా జీవించగలిగారు. ఇతరులతో సత్సంబంధాలు, ఏకీకృత విధానాల వల్ల ఒంటరినం పోయేటట్లైంది.

నెట్‌వర్క్ కమ్యూనికేషన్ అధిక స్థాయిలో ఏర్పాటుచేయుటం, అభివృద్ధికి సంబంధించిన సంస్థలుగా చెప్పబడే ఎ.పి.షెడ్యూల్డ్ ట్రైబ్ కో ఆపరేటివ్ ఫైనాన్సు మరియు డెవలప్‌మెంట్ కార్పొరేషన్ ఏర్పాటువల్ల గిరిజనుల ఆర్థిక లావాదేవీలపై పర్యవేక్షణ, సాంప్రదాయిక బార్టరు విధానంపై శ్రద్ధ వహించుట జరిగింది. ఈ విధానాల వల్ల వారి అవసరాలను తీర్చుకునే అవకాశం కల్పించబడింది.

అలాగే కమ్యూనిటీ డెవలప్‌మెంట్ ప్రోగ్రాం ప్రవేశపెట్టడంతో వారి సామాజిక, ఆర్థిక పరిస్థితులు మెరుగుబడ్డాయి. అయితే గిరిజనులు ఈ అభివృద్ధి కార్యక్రమాల వల్ల పెద్దగా లాభం పొందిందిలేదు. అలాగే అతిత్వరితంగా మారిపోతున్న సమాజంలో వారి సాంప్రదాయిక, ఆర్థిక, సామాజిక వెనుకబాటుతనం వల్ల అన్నిరకాల ప్రభుత్వ సహాయాన్ని పూర్తిగా పొందలేకపోయారు. మల్టిపుల్ డెవలెప్‌మెంటు ప్రోగ్రాములు ప్రవేశపెట్టినప్పటికీ గిరిజనులు మాత్రం ప్రాంతీయ ప్రజలతో పోటీపడలేకపోయారు. అనేక అభివృద్ధి

కార్యక్రమాలు, వాటిని ఆకస్మికంగా అమలు పరచుట వల్ల గిరిజనులలో కలవరం సృష్టించి వారి అమాయకత్వం వల్ల అభివృద్ధి కార్యక్రమాలను నవీనీకరించవలసి వచ్చింది.

సత్వర నియమాల రచన, అలాగే ప్రభావవంతంగా చట్టాలను అమలు పరచుట, భూకబ్జాలను నిరోధించుటకు చేసిన ప్రయత్నాలు, కో-ఆపరేటివ్ వ్యవస్థ గిరిజనులకు కావలసిన అవసరాలను తీర్చడంలో ప్రత్యేక పాత్ర పోషించింది. పేదరికం ధిక్కారానికి, ధిక్కారం అలజడికి దారితీస్తుంది. కాబట్టి, ప్రత్యేక అభివృద్ధి కార్యక్రమాలను ప్రవేశపెట్టి, తద్వారా గిరిజనుల సామాజిక, ఆర్థిక, స్థితిగతులను మెరుగుపరచాలి. వేగవంతమైన సమాజంలో అక్షరాస్యత తప్పనిసరి. మూసలో నడిచే విద్యావిధానంలో మార్పులు తెచ్చి అక్షరాభ్యాసానికి మాత్రవే పనికివచ్చే విద్యకాక ఉత్పాదకస్థాయిని పెంచే విద్యావిధానమేర్పడాలి. గిరిజన కథలపై ప్రత్యేక శ్రద్ధ వహించి, వారి హృదయాలలో జాతీయ దృక్పథాలను నింపి, సామాజిక సామరస్యతకు తోడ్పడేవిధంగా వారి పాటలు, ఆటలు, నృత్యాలను ప్రోత్సహించి వేదికలపై ప్రదర్శించే ఏర్పాట్లు చెయ్యాలి. వారి మనోభావాలను రక్షించి వారి జీవితావసరాలను తీర్చుకోవడానికని ఒక నమ్మకస్తుడైన, ప్రతిభావంతుడైన నాయకుడు వుండి అతని నేతృత్వంలో అభివృద్ధి కార్యక్రమాలు నిర్వహించడానికి ప్రయత్నం చేయాలి. ఇప్పుడున్న పరిస్థితులలో ఆచరణాత్మక పద్ధతిని అవలంబించి గిరిజన ఆర్థిక వనరులు పెంచే యోచన చేయాలి.

గిరిజన, గిరిజనేతరుల మధ్య యిప్పుడు కొనసాగుతున్న వైరుధ్యాలను పరిష్కరించే ప్రయత్నం చేయాలి. ఈ కష్టతరమైన కార్యాన్ని సాధించాలంటే ప్రకృతి వనరులను సఫలవంతంగా స్థానిక గిరిజన ప్రజలు వాడుకునేట్లు చేయాలి. కమ్యూనికేషన్ నెట్‌వర్క్ సహాయంతో ప్రతి చోటును అనుసంధానపరచి గిరిజనేతర తెగల అధికార దాహాన్ని దూరం చేసి సాంప్రదాయ వినిమయం గిరిజన, గిరిజనేతరుల మధ్య జరగాలి.

కమ్యూనికేషన్, ట్రాన్స్‌పోర్టేషన్ అన్నవి గిరిజన సదుపాయాల కోసం ప్రవేశపెట్టాలి. వీరనుభవించే సహజవనరులను గిరిజనేతరులు దౌర్జన్యంగా ఆక్రమించుకుని వారిని కష్టాలలోకి నెట్టివేస్తున్నారు. అలాగే ఆధునీకరణ కూడా వీరి బంధాలను ఛిన్నాభిన్నం చేస్తున్నది. వివిధ సానుకూల ప్రాంతాలలో ఎన్నో గిరిజన తిరుగుబాట్లు ఉద్భవించాయి. ప్రాబల్యంగల శక్తులకి వ్యతిరేకంగా వర్గపోరాటాలు, బలవంతంగా చెదిరిపోయిన వర్గాలు సరికొత్త విలువల కోసం, సహజ వనరులను, వాతావరణాన్ని ధ్వంసం చేసిన ట్రాన్స్‌పోర్టేషన్‌కి వ్యతిరేకంగా, సురక్షితమైన జీవన విధానానికై, సంస్కృతి పరిరక్షణకై, ప్రాంతీయ గుర్తింపుకై జాతీయతా దృక్పథానికై, ప్రజాస్వామ్య విలువలకై, సాంఘిక

హక్కులకై, ఈ తిరుగుబాట్లు జరిగాయి. చాలావరకు ఈ పోరాటాలు రాజ్యానికి వ్యతిరేకంగా జరిగాయి.

భారతీయ ప్రభుత్వం గిరిజనుల అభివృద్ధి పేరిట అనేక ఆంక్షలు విధించి తిరిగి స్థానిక ప్రజలను దోషులను చేసి వారిని కించపరచి వనరులకు దూరం చేసింది. కేంద్రం తెచ్చిన చట్టాలు వారికున్న చట్టపరమైన భూస్వామ్య హక్కులను రాకుండా చేశారు. లాండ్ రెగ్యులేషన్ ఏక్ట్ గిరిజనులు నష్టపోవడానికి కారణమైంది. గిరిజనులు వారి హక్కుల కోసం పోరాటం చేశారనడంలో సందేహం లేదు. కాని వారు వారి కమ్యూనిటీ ఓనర్‌షిప్ రేట్‌ను పొందలేకపోయారు. వలసవాద, వలసవాదానంతర ప్రభుత్వాల పరిపాలనలో గిరిజనులు తమ భూములపై ఆధిపత్యం లేక న్యూనతాభావంతో ఉండేవారు. మొత్తం మీద గిరిజన ప్రాంతాలలో సహజ చట్టాల ప్రతిపాదన అమలు జరుపుట చేత గిరిజన భూములను స్వాధీనం చేసుకున్న వారికి బ్లాంకెట్ హోదానిచ్చి, గిరిజనులను నిర్వాసితులను చేసినట్లైనది. ఈ విధంగా స్వాతంత్ర్యానికి పూర్వం నుండి స్వాతంత్ర్యానంతరం వరకు, ఒక కొత్త లీగల్ పద్ధతి, పరిపాలనా యంత్రాంగం ఈ గిరిజన ప్రాంతాలలో ఏర్పాటుచేసి వీరి జీవనవిధానాన్ని మార్చి వేశాయి. భూవనరులపై ఈ లీగల్ విధానాలు సంక్షోభాన్ని సృష్టించాయి. అలాగే లీగల్ విధానాన్ని అవలంబించుటచేత తీవ్రమైన ఆర్థిక సంక్షోభాన్ని సృష్టించటం వల్ల గిరిజనుల ఉద్యమాలు పెల్లుబికాయి.

అడవులను వ్యాపారమయం చేయడం, గిరిజన స్త్రీలను సాధనాలుగా వాడుకోవడమన్నది తీవ్ర ఇక్కట్లకు దారితీసింది. రాజకీయ ఉద్యమాలు చాలావరకు ఈ రకమైన ఆచారాలను నిరోధించగలిగాయి. కొన్ని సందర్భాలలో సి.పి.ఐ (ఎమ్ఎల్) నాయకులు వార్ గ్రూప్ చేత నిర్వహించిన ప్రజాకోర్టులిచ్చే తీర్పులు గిరిజన బాధితులకు ఊరటనిచ్చాయి. ఎవరైతే గిరిజన స్త్రీలను వాడుకున్నారో వారు ఆమెను పెళ్ళిచేసుకోవడమో లేదా జీవన భరణాన్నిచ్చే ఏర్పాటు చేశారు. ఈ పార్టీ తీవ్రమైన ప్రచారం చేసి అన్నిరకాల అవమానాలను, కించబరచే విధానాన్ని నిరోధించగలిగింది.

అయితే ప్రభుత్వం మాత్రం గిరిజన ఉద్యమాలను అణచివేసే ధోరణిలోనే ప్రయత్నాలు చేసింది. అరెస్టులు చేసి వేలకొద్ది గిరిజనులను అన్యాయంగా నిర్బంధించింది. అణచివేసే కార్యాచరణల్లో ముఖ్యంగా గిరిజనుల ఇళ్ళను, ఆస్తులను, పొలాల్లో పంటలను తగులబెట్టటం లాంటి దౌర్జన్యాలు చేశారు. గిరిజన ఉద్యమాలను, ప్రభుత్వ వ్యతిరేక ఇతర ఉద్యమాలను అనచివేయటం వల్ల గిరిజనేతరులు, గిరిజనులను మరింత దోపిడీకి గురిచేశారు. అదే సమయంలో బాధిత గిరిజన తెగల మధ్య ఐక్యత పెరిగింది.

గిరిజనుల ఉద్యమాలు ప్రభుత్వం మీదా అలాగే గిరిజనేతరుల మీద తీవ్ర ప్రభావాన్ని చూపించాయి. ఇది గిరిజనుల స్థితిలో చెప్పుకోదగ్గ మార్పును తెచ్చిపెట్టింది. గిరిజనులను అణచడానికి అనేక రకాల పద్ధతులు అవలంబించి తాత్కాలికమైన అభివృద్ధి కార్యక్రమాలు చేపట్టి ప్రభుత్వం చేతులు దులుపుకున్నది. గిరిజనులు దీనికి వ్యతిరేకంగా అవిశ్రాంత పోరాటాన్ని సల్పుతూ ప్రత్యేక గుర్తింపు రావాలని తీవ్ర ప్రయత్నం చేశారు.

అలాగే గిరిజనుల జీవనవిధానానికి, అభివృద్ధి వికాసాలకు కావలసిన అవసరాలను తీర్చి సమాజంలో ఇతరులతో సమానంగా వీరికి కూడా అవకాశాలు కల్పించాలి.

తెలంగాణ ప్రజల జీవితాలలో మార్పు తీసుకురావాలని కోరుకొనేవారు గిరిజనుల మెరుగైన జీవితానికై ఏమి చేస్తున్నారు? ఈ గిరిజనులను వదిలేసి ప్రశాంతమైన తెలంగాణ ఏర్పాటవుతుందా? ఒక వేళ కాకపోతే ఎలాంటి చర్యలు, చట్టాలు, నిబంధనలు ఏర్పరచాలి? వారి హీనస్థితిని ఎలా మెరుగుపరచాలి? ఇవి ఎంతో కాలంగా గిరిజనులు, గిరిజన సంఘాలు వేస్తున్న ప్రశ్నలు.

గిరిజనుల క్షేమంకోసం ఏర్పరచిన ట్రైబల్ ల్యాండ్ రెగ్యులేషన్ యాక్టులు అభివృద్ధిపథకాలు సమర్ధవంతంగా సాగటానికి క్రింది మార్గాలను పాటించాలి.

(1) గిరిజనుల ప్రాంతాలలో వారి ఆస్తిహక్కును పునరుద్ధరించాలి.

(2) ఎ.1 ఫా 70 ల్యాండ్ రెగ్యులేషన్ ఏక్టును కఠినంగా అమలుపరచాలి.

(3) సెటిల్‌మెంట్ పట్టాలను (గిరిజన ప్రాంతాలలో యిచ్చినవి) రద్దుచేయాలి.

(4) యుద్ధ ప్రాతిపదికన షెడ్యూల్డ్ భూములను సంపూర్ణంగా సర్వేచేసి, భూరికార్డులను కంప్యూటర్లలో నిక్షిప్తం చేసి జిల్లా హెడ్‌క్వార్టర్లు, రాష్ట్ర రాజధానిలో భద్రపరచాలి.

(5) గిరిజన ప్రాంతాలలో ప్రత్యేక పంచాయితీలు నెలకొల్పాలి.

(6) స్పెషల్ డిప్యూటి కలెక్టర్ చేత కులధృవీకరణ పత్రములిప్పించాలి.

(7) స్వీయ నిబంధనలను ఏర్పరుచుకోవాలి.

(8) ఆర్థిక, రాజకీయ రంగాలను వికేంద్రీకరించాలి.

(9) గిరిజనులకు ప్రత్యేక పాఠశాలలు, కళాశాలలు ఏర్పాటుచేయాలి.

(10) గిరిజనుల అవసరాలను దృష్టిలో పెట్టుకోకుండా నిర్వహించే స్టీరియోటైపు కార్యక్రమాలనుమార్చాలి.

(11) అనేక రకాల కార్యక్రమాలను ఒకేసారి నిర్వహించుట చేత ఫలితంలో అస్థిరత్వమేర్పడింది.

(12) గిరిజన నమ్మకాలు, ఆచారాలపై అవగాహనతోనే కార్యక్రమాలన్నీ నిర్వహించాలి.

(13) చైతన్యవంతమైన నాయకత్వాన్ని ఎన్నుకోవాలి.

(14) ప్రభావవంతమైన గిరిజన మహిళా మండళ్ళు, గిరిజన యువత క్లబ్‌లు నిర్వహించాలి.

(15) అధికారుల కార్యకలాపాల నిర్వహణలో పెద్ద మార్పు రావాలి.

(16) గిరిజనులలో ఉన్న అజ్ఞానాన్ని రూపుమాపడానికి నిరక్షరాస్యతను నిర్మూలించే చర్యలు చెపట్టాలి.

(17) జాతీయస్థాయిలో మౌలికమైన సర్వేచేసి గిరిజన ప్రాంతాలలోని లోటుపాట్లను అంచనావేసి వాటి రూపుమాపడానికి కావలసిన చర్యలు చేపట్టాలి.

(18) ప్రత్యేక యంత్రాంగం మరియు ఆర్థిక సహాయమునందించాలి. దీనికితోడు అభివృద్ధి యంత్రాంగం మరియు ఆర్థిక వసూళ్ళను ట్రైబల్ డెవలప్‌మెంట్ ప్రోగ్రామ్ (గిరిజనాభివృద్ధి పథకాలు)ల ద్వారా వీరికందేటట్టు చూడాలి.

(19) సత్వర నిబంధన రచన, ప్రభావవంతంగా వాటిని అమలు పరచేవిధంగా చట్టాలు చేయాలి. అలాగే భూ కబ్జా విధానాలను పరిష్కరించడానికి, ఋణదాతల అరాచకాలను అరికట్టడానికి, మనీల్యాండర్ రెగ్యులేషన్ ఆక్ట్‌లను సమర్థవంతంగా అమలు జరపాలి.

(20) అన్నిరకాల సేద్యపు నీటి వసతులను యుద్ధప్రాతిపదికన అమలు చేయాలి. అలాగే నాణ్యమైన విత్తనాల పంపిణీ, పశు సంరక్షణకు అవసరమయ్యే అన్ని రకాల చర్యలు చేపట్టాలి.

(21) విద్యాభ్యాసమన్నది గిరిజనులకు అత్యంత ప్రధానమైన రక్షణ కవచం. మౌలికమైన అన్ని వసతులతో గిరిజనులకు విద్యని అందుబాటులోకి తేవాలి.

(22) ఉత్తీర్ణత మార్కుల శాతాన్ని ఎస్ఎస్‌సి మరియు ఇంటర్మీడియట్‌లలో 35% నుండి 25% కు అన్ని సబ్జెక్టులలోను తగ్గించాలి.

ఉపయోగపడిన గ్రంథాలు, రిపోర్టులు, తదితరాలు

1. ఐ.టి.డి.ఎ. ఆఫీస్, భద్రాచలం. 1995.
2. R.S.Rao Political economy of Tribal development, April 1982, వరంగల్లులో జరిగిన జాతీయ సెమినార్‌లో సమర్పించిన పత్రం.
3. P.V. esh. "National Seminar on Scheduled Tribes and Social Justice. July 1995.
4. C.V.F. Haimendorf : The Gonds of A.P. వికాస్ పబ్లికేషన్స్ 1977, పేజి: 43.
5. 1891 Census, Nizam Dominions, HEH, Nizam - Govt, హైద్రాబాద్. పేజి: 6
6. 1891 Census, Nizam Dominions, HEH, Nizam - Govt, హైద్రాబాద్. పేజి: 6
7. ఆంధ్రప్రభ దినపత్రిక, 28 ఆగస్టు, 1990
8. C.V.F. Haimendorf, Tribal Populations of Hyderabad Yesterday & today and 1941 census. HFW Govt. Nizam.
9. రాఘవయ్య – Tribal Revolts – ఆంధ్రరాష్ట్ర ఆదిమజాతి సేవక సంఘము, నెల్లూరు. ఎ.1971
10. బాలగోపాల్ – Agrarian Classes and Conflicts, పెర్‌స్పెక్టివ్ పబ్లికేషన్స్, 1988.
11. అమలేందుగుహ – The Ideology of Survey & Settlement, ఎకనామిక్ అండ్ పొలిటికల్ వీక్లీ, అక్టోబర్ 1982, పేజి: 1651
12. సేతు మాధవరావు – Gonds of Adilabad, పాపులర్ బుక్ డిపోట్, బాంబే– 1962

13. C.V.F. Haimendorf - Notes on Hill Reddys in Samstan of Palvancha, Khammam, HEH. Govt. Hyderabad, 1943, P. 5-6
14. ఆంధ్రప్రభ దినపత్రిక - ఆగస్టు 28, 1990
15. ఆంధ్రప్రభ దినపత్రిక - ఆగస్టు 28, 1990
16. నేషనల్ కమిషన్ ఆన్ బాక్‌వర్డ్ ఏరియాస్ డెవలప్‌మెంట్, జూన్ 1981, Op. Cit. P. 50
17. నేషనల్ కమిషన్ ఆన్ బాక్‌వర్డ్ ఏరియాస్ డెవలప్‌మెంట్, జూన్ 1981, Op. Cit. P. 50
18. జయప్రకాశరావు, కొండరెడ్డీస్ ఇన్ ట్రాన్సిషన్ ఇన్‌ట్రైబ్స్ ఆఫ్ ఇండియా స్ట్రగుల్ సర్వైవల్, CVF. Haimendorf (ed), ఆక్స్‌ఫర్డ్ యూనివర్శిటీ ప్రెస్, న్యూఢిల్లీ, 1982, పుట : 275
19. జయప్రకాశరావు, కొండరెడ్డీస్ ఇన్ ట్రాన్సిషన్ ఇన్ ట్రైబ్స్ ఆఫ్ ఇండియా స్ట్రగుల్ సర్వైవల్, CVF. Haimendorf (ed), ఆక్స్‌ఫర్డ్ యూనివర్శిటీ ప్రెస్, న్యూఢిల్లీ, 1982, పుట : 275
20. CVF. Haimendorf ట్రైబ్స్ ఆఫ్ ఇండియా Op. Cit. P.236
21. బి. దనమ్. లాండ్ అలినియేషన్ ఇన్ ఎ.పి. ట్రైబల్ ఏరియాస్, In land Alienation and Restoration kn India, S.N.Dubey, రత్న ముర్దియా (eds) హిమాలయ పబ్లిషింగ్.
22. ది హిందూ, హైదరాబాద్ స్టాఫ్ రిపోర్టర్, సెప్టెంబర్ 2, 1981
23. ది. హిందూ, హైదరాబాద్ స్టాఫ్ రిపోర్టర్, సెప్టెంబర్ 2, 1981
24. CVF. Haimendorf ట్రైబ్స్ ఆఫ్ ఇండియా Op. Cit. P.65
25. ది గవర్నమెంట్ ఆర్డర్ 1981
26. డిస్ట్రిక్ట్ గజట్టీర్స్ ఆఫ్ ఖమ్మం. 1981
27. ఐ.టి.డి.ఎ. భద్రాచలం, 10-12-1995
28. వి. రాఘవయ్య, ట్రైబల్ రిపోర్ట్స్, ఆంధ్రరాష్ట్ర ఆదిమజాతి సేవక సంఘ్, ఎ.పి. 1971, పే : 40
29. అధికారులు గిరిజనేతరులతో లాలూచిపడి ఆయా రికార్డులను తారుమారుచేసి గిరిజనేతరులకు కట్టబెట్టేవారు - దిప్రోగ్రెస్ రిపోర్ట్ ఆఫ్ స్పెషల్ డిప్యూటీ కలెక్టర్ ఆఫ్ 1972-1980

30. వి. రాఘవయ్య, ట్రైబల్ రిపోర్ట్స్, ఆంధ్రరాష్ట్ర ఆదిమజాతి సేవక సంఘ్, ఎ.పి. 1971. పే. : 41
31. వి. రాఘవయ్య, ట్రైబల్ రిపోర్ట్స్, ఆంధ్రరాష్ట్ర ఆదిమజాతి సేవక సంఘ్, ఎ.పి. 1971. పే. : 41
32. సి.వి.ఫ్యూరర్ – హైమన్‌డోర్ఫ్, ట్రైబ్స్ ఆఫ్ ఇండియా, ఆక్స్‌ఫార్డ్ యూనివర్శిటీ
33. వి. రాఘవయ్య – ట్రైబల్ రిపోర్ట్స్, ఆంధ్రరాష్ట్ర ఆదిమజాతి సేవకసంఘ్, ఎ.పి. 1971. పే.41
34. వి. రాఘవయ్య – ట్రైబల్ రిపోర్ట్స్, ఆంధ్రరాష్ట్ర ఆదిమజాతి సేవకసంఘ్, ఎ.పి. 1971. పే.41
35. అల్లం రాజయ్య – కొమరం భీము, పీస్ సెంటర్ పబ్లికేషన్స్, హైద్రాబాద్ . 1983
36. ఎ.ఆర్. దేశాయ్, డీసెంట్ స్ట్రగుల్ ఇన్ ఇండియా, ఆక్స్‌ఫర్డ్ యూనివర్శిటీ ప్రెస్, బాంబె. 1979.